நம் வாழ்வில்
தணிக்கை

நம் வாழ்க்கையை மேம்படுத்தும் மூன்றாவது கை

இரா. திருப்பதி வெங்கடசாமி IAAS
M.Sc.(Ag), MPA, CISA, CIA, CFE

நியூ செஞ்சுரி புக் ஹவுஸ் (பி) லிட்.,
41- பி, சிட்கோ இண்டஸ்டிரியல் எஸ்டேட்,
அம்பத்தூர், சென்னை- 600 050.
☎: 044 - 26251968, 26258410, 48601884

Language: Tamil
Nam Vaazhvil Thanikkai
Author: **R. Thiruppathi Venkatasamy**
First Edition: June, 2024
Copyright: Author
No.of Pages: 136
Publisher:
New Century Book House Pvt. Ltd.,
41-B, SIDCO Industrial Estate,
Ambattur, Chennai - 600 050.
Tamilnadu State, India.
Email: info@ncbh.in
Online: www.ncbhpublisher.in

ISBN: 978-81-972639-7-2
Code No. A 5035

₹ **155/-**

Branches:

Ambattur 044 - 26359906, **Spenzer Plaza (Chennai)** 044-28490027
Trichy 0431-2700885 **Pudukkottai** 04322- 227773 **Thanjavur** 04362-231371
Tirunelveli 0462-4210990, 2323990, **Madurai** 0452-2344106, 4374106
Dindigul 0451-2432172 **Coimbatore** 0422-2380554 **Erode** 0424-2256667
Salem 0427-2450817 **Hosur** 04344-245726 **Krishnagiri** 04343-234387
Ooty 0423-2441743 **Vellore** 0416-2234495 **Villupuram** 04146-227800
Pondicherry 0413-2280101 **Nagercoil** 04652-234990

நம் வாழ்வில்
தணிக்கை
ஆசிரியர்: **இரா. திருப்பதி வெங்கடசாமி**
முதல் பதிப்பு: ஜூன், 2024

அச்சிட்டோர்: **பாவை பிரிண்டர்ஸ் (பி) லிட்.,**
16 (142), ஜானி ஜான் கான் சாலை, இராயப்பேட்டை, சென்னை - 14
☎: 044-28482441

All rights reserved. No part of this book may be reprinted or reproduced or utilised in any form or by any electronic, mechanical, or other means, now known or hereafter invented, including photocopying and recording, or in any information storage or retrieval system, without permission in writing from the publishers.

அணிந்துரை
வாழ்க்கைத் துணைவன்

"நம் வாழ்வில் தணிக்கை, நம் வாழ்க்கையை மேம்படுத்தும் மூன்றாவது கை" - நான் அண்மைக் காலத்தில் வாசித்த நூல்களுள் பயனுள்ள ஒன்று. இந்த நூலானது தணிக்கையை ஒரு பாடமாகக் கருதி அதனைப் பயிலும் மாணவர்களுக்கு நல்ல வழிகாட்டியாய் இருக்கும் என்பதில் ஐயம் ஏதும் இல்லை. ஆனால், அவர்களுக்கு மட்டுமா இந்த நூல் என்றால், இல்லை, இது ஒவ்வொரு தனிமனிதனுக்கும், ஒவ்வொரு குடும்பத்திற்கும் மிகத் தேவையான ஓர் 'வாழ்க்கைத் துணைவன்' என்பதே எனது மதிப்பீடு.

நாம் ஒவ்வொரு நாளும் எதிர்கொள்ளும் மிக எளிமையான கேள்வி என்னவெனில், 'நம் வாழ்வு மேம்பட நாம் என்ன செய்ய வேண்டும்' என்பதுதான். இந்தக் கேள்விக்கு பதில் கண்டுபிடிப்பது ஒவ்வொரு நபரின் குறிக்கோளாய் இருந்தபோதும் அதற்கான பதிலைக் கண்டுபிடித்து அதைச் செயல்படுத்தி வாழ்க்கையில் வெற்றி கண்டோர் வெகு சிலரே. இந்த நூல், பணக்காரனாவது எப்படி என ஏமாற்றாமல், ஒருவர் தம்மிடம் உள்ள செல்வத்தைக் காப்பது எப்படி; அப்படிக் காப்பாற்றக் கையாள வேண்டிய வழிமுறைகள் எவை என்பதை தெளிவுறத் தெரிவிக்கிறது.

இது அறிவுரைக் களஞ்சியமோ ஆச்சாரக் குவியலோ அன்று. நூலாசிரியர் இந்தியத் தணிக்கைத் துறையின் மூத்த அதிகாரிகளுள் ஒருவர். உயர்கல்வித் தகுதிகள் பலவற்றின் உறைவிடம். தணிக்கைகளின் போது அவர் கண்டறிந்த, விழலுக்கு நீராய்ப் போன பல்லாயிரம் கோடிகள் மதிப்புள்ள மக்களின் செல்வங்கள் எவ்வாறு வீணடிக்கப்பட்டது? எப்படிக் கொள்ளை போனது? இந்த அவலத்துக்கு வழி கோலியவர் யாவர்? அது எப்படி செயல்படுத்தப்பட்டது? செயல்படுத்தியவர்கள் எவர்? இது நடவாது காக்க வாய்ப்பு இருந்ததா? காப்பாற்ற வேண்டியோர் அக்கடமையைச் சரியாகச் செய்தனரா அல்லது வேறு பக்கம் பார்த்துக் கொண்டிருந்தனரா? தொலைந்த செல்வம் மக்களை விடுத்துச் சென்று அடைந்தது யாரை? அதனை மீட்பது எவ்வாறு? இது போன்ற நிகழ்வுகள் மீண்டும் நடைபெறாதிருக்கக் கையாள வேண்டிய வழிகள் என்னென்ன? அவற்றை நடைமுறைப்படுத்த விதிகள் வகுக்கப்பட்டனவா? கண்காணிப்பு பலப்படுத்தப்பட்டதா? தவறிழைத்தவர் சட்டத்தின் முன் நிறுத்தப்பட்டனரா? அவர்கள் தண்டிக்கப் பட்டனரா? எனும் ஆய்வுகளின் தெளிந்த முடிவுகளின் தொகுப்பினை சராசரி மனிதர் ஒவ்வொருவரும் தமது வாழ்க்கையில் கடைப்பிடிக்க ஏற்ற வழியில் முத்துச் சிதறல்களாய் தெளித்து இருக்கிறார்.

இந்த நூல், மூன்று பகுதிகளாய் குடும்பத் தணிக்கையில் தொடங்கி, பிறகு இன்டர்நெட் பயன்பாட்டுத் தணிக்கை பற்றி விளக்கி, முடிவாக, மக்கள் தணிக்கையை அறிமுகம் செய்து முடித்து வைக்கிறது. முற்பகுதி குடும்பம் முன்னேற தணிக்கை மூலமாகக் கண்டறிய வேண்டுவனவற்றை விளக்குகிறது. அடுத்தது, இன்றைய டிஜிட்டல் உலகில் செயற்கை அறிவுத் திறன் கொண்டும் கண்ணுக்குப் புலப்படாமலும் அதே நேரம் அருகிலேயே புதைந்து இருந்து நமக்கும், நமது குடும்பத்தினருக்கும் கேடு விளைவிக்கும் பல்வேறு உத்திகளையும், ஏமாற்று வேலைகளையும், அவற்றில் இருந்து நம்மைத் தற்காத்துப் பாதுகாக்கும் அடிப்படை அறிவை வழங்குகிறது. அவை குறித்துக் கூடுதல் தெளிவு பெற என்ன செய்ய வேண்டும் என்பதும் விளக்கப்பட்டிருக்கிறது. இறுதியாய் மக்கள் தணிக்கையை அறிமுகம் செய்து வைத்து மக்களாட்சி மாட்சி பெற சமூகத் தணிக்கை எப்படி ஓர் பேராற்றலாய் உருப்பெற இயலும் என்பதை விளக்கி முடிக்கிறார் ஆசிரியர்.

கருத்துக்களைக் கோர்த்து எளிமையாய் வாசகர் உள்ளத்தே நிலைநிறுத்த வரைபடங்களையும், பட்டியல்களையும் ஆசிரியர் பயன்படுத்தி உள்ளார். சில இடங்களில் நிகழ்வுகளை கதையாய்ச் சொல்லி வாசகரை வயப்படுத்துகிறார். சில தணிக்கைக் கருத்துகள் தவறாக இருத்தல் கூடும் என்பதை நெடுங்காலமாய் வழக்கில் இருக்கும் கதைக் கருத்தைக் கொண்டு, எவ்வாறு தணிக்கைக் கருத்துகள் திரிக்கப்படும் வாய்ப்பு உள்ளது என்பதையும், சரியான தணிக்கைக் கருத்து எது என்பதையும் அது ஏன் சரி என்பதையும் அழகுற விளக்குகின்றார். கற்போருக்கு இது கருத்துகளை மனதில் இருத்திக் கொள்ள உதவும்.

பேரறிஞர் அண்ணா, ஒரு முறை மாணவர்களிடையே 'நாடும் ஏடும்' என்ற தலைப்பு குறித்து உரையாடுகையில், "ஏடுகள் நாட்டில் உள்ளதை, நடப்பதை, மக்கள் வாழ்க்கை முறைகளை வகுத்துக் காட்டும் கண்ணாடியாகக் காட்சியளிக்க வேண்டும். நாட்டு மக்களை மேன்மையுறச் செய்யும் தூண்டா விளக்காய் துலங்குதல் வேண்டும்", என்று கூறினார். அண்ணாவின் வார்த்தைகளிலேயே சொல்வதென்றால் இந்நூல், "மருந்து தான். மருந்து என்றதும் மருள வேண்டாம். மருந்தை உண்டு உணர்வோடு ஒன்றிச் சுவைக்குங்கால் உண்மை தெரியும்."

அரிய வகை நூல் ஒன்றை வாசக உள்ளங்களுக்கு வழங்கிய ஆசிரியருக்கு என் பாராட்டுகள். சமூகப் பிணி அகற்றும் பணி தொடர நல்வாழ்த்துகள்.

சி.நெடுஞ்செழியன் IAAS,
தமிழ்நாடு தலைமைக் கணக்காயர்,
06-05-2024.

பொருளடக்கம்

	ஒவ்வொருவரும் தணிக்கையர்தான்	7
	நம் குடும்பத் தணிக்கை: அறிமுகம்	13
1.	நமக்கு நாமே தணிக்கை	17
2.	குடும்ப நிதிநிலைத் தணிக்கை	33
3.	முதலீடு மற்றும் சொத்துக்கள் தணிக்கை	54
	இன்டர்நெட் பயன்பாட்டுத் தணிக்கை: அறிமுகம்	71
4.	மின் சொத்துக்களைத் தணிக்கை செய்தல்	75
5.	இன்டர்நெட் விளையாட்டுகளும் மோசடிகளும்	89
6.	குழந்தைகள், பெண்கள் மற்றும் முதியோர்கள் சந்திக்கும் இன்டர்நெட் பிரச்சனைகள்	95
	மக்கள் தணிக்கை: அறிமுகம்	107
7.	தகவல் உரிமைச் சட்டம் மூலம் தணிக்கை	111
8.	தரவுகள் ஆய்வுத் தணிக்கை	115
9.	புவிப்பட ஆய்வுத் தணிக்கை	120
10.	சமூகத் தணிக்கை	128

ஒவ்வொருவரும் தணிக்கையர்தான்

தணிக்கைத் தொழிலானது தகுதிவாய்ந்த தொழில்முறைப் பணியாளர்களால் செய்யப்படுவதாயினும், பொதுமக்கள் எல்லோரும் ஒருவிதத்தில் தணிக்கையுடன் தொடர்புடையவர்களே! தணிக்கை நிறுவனங்களுக்கும் அரசு அலுவலகங்களுக்கும் மட்டும் உரித்தானது என்பது தொழில்முறைக் கருத்தானாலும், தனி மனித வாழ்க்கைக்கும் குடும்ப வாழ்க்கைக்கும் பொருந்தக்கூடியதுதான்.

தனது வரவு-செலவு கணக்குகளைத் தானே சரிபார்க்கும் ஒவ்வொருவரும் தணிக்கையர்களே! ஏதோ ஒன்றைச் சரிபார்க்கத் தூண்டும் தேவைதான் தணிக்கையின் தொடக்கம். காலையில் வீட்டிலிருந்து கிளம்பும் ஒருவர் மாலையில் வீடு திரும்பித் தன் பணப் பையில் மிச்சம் இருக்கும் பணத்தை, அன்று செய்த செலவுகளை நினைவு கூர்ந்து சரிபார்ப்பதில் தொடங்குகிறது தனி மனிதத் தணிக்கை. மாதம் முழுவதும் செய்த செலவுகளைத் தொகுத்து வருமானத்துடன் இணைத்து ஒப்பீடு செய்து பார்க்கையில் தொடங்குகிறது குடும்பத் தணிக்கை.

ஒவ்வொருவரும் தமது செலவுகளையும் வாழ்க்கை நிகழ்வுகளையும் இயல்பாகத் திரும்பிப் பார்க்கும் வழக்கத்தை, சற்றே முறைப்படுத்திச் சான்றுகளின் அடிப்படையில் ஆய்வு செய்தால் அதுவே தணிக்கையாகிறது. அதை முறையாகச் செயல்படுத்துவதன் மூலம், நமது வரவு-செலவு மேலாண்மையை மேம்படுத்துவதோடு, நமது வாழ்வின் முக்கிய நிகழ்வுகளையும் மேம்படுத்தலாம். அதற்கு நாம் பின்பற்றவேண்டியது "நமக்கு நாமே" தணிக்கை அணுகுமுறை.

நமக்கு நாமே தணிக்கை அணுகுமுறை சிக்கலானதுதான்; அதன் அடிப்படைகளை அறிந்துகொள்ளாதபோது! அதுவே எளிமையானதுதான்; தணிக்கையின் அடிப்படை அணுகுமுறைகளை நன்கு அறிந்துகொள்ளும்போது! இந்த எண்ணத்தின் அடிப்படையில் அமைந்ததுதான் இந்த நூல். எளிதாகவும் சுவையாகவும் கருத்துக்களைப் பதிவுசெய்யும் நோக்கில் சில கற்பனையான தணிக்கைக் கதைகளையும் பல உண்மை நிகழ்வுகளையும் இணைத்துள்ளேன். இந்நூலின் தரத்தை மேம்படுத்த உதவிய உறவினர்கள், நண்பர்கள், அதிகாரிகள் - நவநீத கோபாலகிருஷ்ணன், ராம்பிரசாத் - மற்றும் பதிப்பகத்தாருக்கு நன்றி. சிறப்பான அணிந்துரை எழுதிய தமிழ்நாடு மாநிலத் தலைமைக் கணக்காயர் திரு.நெடுஞ்செழியன் அவர்களுக்கும் நன்றி.

நம் வாழ்வில் தணிக்கை எல்லோரையும் மேம்படுத்த உதவும் என நம்புகிறேன்.

இரா.திருப்பதி வெங்கடசாமி

நம் வாழ்வில் தணிக்கை: தேர்வு

நம்முடைய அன்றாட நடவடிக்கைகளில் நிதி மேலாண்மையும், இன்டர்நெட் (Internet) பயன்பாடும் தவிர்க்க முடியாத விசயங்களாகும். கூடுதலாக, நம்மை ஆளும் அரசுகளின் செயல்பாடுகளும், ஏதோ ஒரு வகையில் நம் வாழ்வில் தாக்கத்தை ஏற்படுத்துகின்றன. இந்த மூன்று விசயங்கள் குறித்த நம்முடைய புரிதல் குறித்து அளவிடுவதற்கு நமக்கு நாமே வைத்துக் கொள்ளும் நுழைவுத் தேர்வு இது. பயப்பட வேண்டாம்; பல கேள்விகள் உங்களுக்குத் தெரிந்தவைதான். முழுமையான பதில் தெரியுமா என்பதை நீங்களே சோதிப்பதற்குத்தான் இந்தத் தேர்வு.

உங்களுக்கான வினாக்கள்:

1. 'நமக்கு நாமே தணிக்கை' மற்றும் 'தணிக்கை வாழ்க்கை முறை' போன்ற கோட்பாடுகளைக் கேள்விப்பட்டிருக்கிறீர்களா?
2. குடும்பக் கட்டுப்பாடு முக்கோணம் பார்த்திருப்பீர்கள்; குடும்பச் செலவுக் கட்டுப்பாடு முக்கோணம் பற்றி அறிவீர்களா?
3. பொன்ஸி (Ponzi) வகை முதலீட்டு மோசடிகளிலிருந்து தப்பிப்பது எப்படி?
4. நிலம் மற்றும் கட்டடம் வாங்கும்போது கவனிக்க வேண்டியவை யாவை?
5. தனிப்பட்ட தகவல்களை இன்டர்நெட்டில் பதிவிடுவதில் உள்ள ஆபத்துகள் என்ன?
6. குழந்தைகள், பெண்கள் மற்றும் முதியோர் இன்டர்நெட்டைப் பாதுகாப்பாகப் பயன்படுத்துவது எப்படி?
7. இன்டர்நெட்டில் உள்ள ஆபத்தான/மோசடியான விளையாட்டுக்களைக் கையாள்வது எப்படி?
8. இன்டர்நெட்டில் போலியான மற்றும் மார்பிங் (Morphing) செய்யப்பட்ட படங்களிலிருந்து தப்புவது எப்படி?
9. பொதுமக்கள் ஒரு அரசு அலுவலகத்தின் செயல்பாட்டைத் தணிக்கை செய்ய முடியுமா?
10. நம் அசையாச் சொத்துகளும், நாட்டின் இயற்கை வளங்களும் ஆக்கிரமிப்பு செய்யப்பட்டதை/சுரண்டப்பட்டதைப் புவிப்பட ஆய்வு மூலம் அறிவது எப்படி?

இந்த வினாக்களுக்கான விடையை நூலுக்குள் தேடுங்கள். இந்த வினாக்களுக்கு விடை தெரியாதவர்கள், இந்த நூலை முழுமையாகப் படிக்கவேண்டியவர்கள். ஓரளவு விடை தெரிந்தவர்கள் கூடுதல் விவரங்களுக்காக இந்த நூலைப் படிக்கலாம். இந்த நூலைப் படித்துவிட்டு மேற்கண்ட கேள்விகளை மீண்டும் படியுங்கள். தணிக்கை வாழ்க்கை முறையின் முக்கியத்துவம் விளங்கும்.

பகுதி 1
'நமக்கு நாமே' தணிக்கை

நம் குடும்பத் தணிக்கை: அறிமுகம்

"**வ**ரவுக்கு மேலே செலவு; செலவைச் சமாளிக்க முடியவில்லை"...

"சம்பாதிக்கிற காசு எல்லாம் எப்படிப் போகுதுன்னே தெரியவில்லை"...

"எவ்வளவு சம்பாதிச்சாலும் கையில காசு நிற்க மாட்டேங்குது"...

"வங்கியில் சேமிப்பு வட்டி குறைவா இருக்கு; கடன் வட்டி அதிகமா இருக்கு"...

"பண விசயத்தில் எல்லோரும் ஆலோசனை சொல்றாங்க; யாரை நம்புறதுன்னே தெரியவில்லை"...

"அவசரத்துக்கு உதவும்னு கிரெடிட் கார்டு வாங்கினா, அது கந்து வட்டியைவிட மோசமாக இருக்கிறது"...

"எந்த நிதி நிறுவனம் எப்போது பணத்தை எடுத்துட்டு ஓடுவாங்கன்னு பயமா இருக்கு"...

"இன்டர்நெட்டில் குடும்பப் படத்தைப் போடவே பயமாக இருக்கு"...

"இன்டர்நெட்டில் தகவல்களைப் பதிவதற்குப் பயமா இருக்கு; யாரு திருடி என்ன பண்ணுவாங்கன்னு புரிஞ்சுக்க முடியவில்லை"...

"எந்த ஒரு நிகழ்ச்சியும் ஒழுங்காவும் நடக்கிறதில்ல; எதிர்பார்த்த மாதிரியும் நடக்கிறதில்ல"...

"யார் யாரோ அலைபேசியில் கூப்பிட்டு ஏதேதோ கேட்கிறாங்க; என்ன பதில் சொல்றதுன்னே தெரியலை"...

"தேவையில்லாத இ-மெயில் வருது; எதை கிளிக் பண்றதுன்னு புரியவில்லை"...

“தப்பான படம் இருக்கு; தப்பான தகவல் இருக்கு; பணம் கொடுக்கலைன்னா இன்டர்நெட்ல போட்டுருவேன்னு மிரட்டுறாங்க”...

“பொழுது போக ஆன்லைன் கேம் விளையாடினால், அதுவே ஆபத்தாக இருக்கு”...

இந்தப் பட்டியல், பொதுவாக ஒவ்வொருவரும், வெவ்வேறு காலகட்டத்தில் புலம்புவதுதான். ஆனால் அவை ஏற்படுத்தும் தாக்கம் மிகப் பெரிது. இப்படிப் புலம்பாமல் இருக்க வேண்டும், இவற்றிற்கான சூழல் எழாமல் இருக்க வேண்டுமெனில் தணிக்கை அணுகுமுறையை அறிந்துகொள்வது முக்கியம்.

ஒரு குடும்பத்தின் வரவு-செலவுகளைத் திறம்பட நிர்வகிப்பதிலும், குடும்ப நிகழ்ச்சிகளைச் செம்மைப்பட நடத்துவதிலும், சரியான சொத்துக்களில் முதலீடு செய்வதிலும், தனி நபர்களது மின் சொத்துக்களைப் (Digital Assets) பாதுகாப்பதிலும் உள்ள சிக்கல்களை அறிந்து, அவற்றில் உள்ள தவறுகளையும் குறைகளையும் களைவதற்குரிய ஒரே வழி தணிக்கை அணுகுமுறைதான். அதுதான் ‘நமக்கு நாமே’ தணிக்கை.

ஆடிட்டரின் சிகை அலங்காரம்

ஆடிட்டர் ஒருவர் ‘சிகை’ அலங்காரம் செய்யும் சலூன் ஒன்றிற்குச் சென்றார். முடி திருத்தும் நிபுணர் பேசிக்கொண்டே முடி வெட்டினார். “சார் என்ன வேலை செய்யுறீங்க?” “ஆடிட்டரா இருக்கேன்”. “அப்படின்னா என்ன வேலை சார்” மீண்டும் கேட்டார். “தணிக்கை வேலை செய்கிறேன்” “தணிக்கைன்னா என்ன சார்?” என்று புன்னகைத்துக்கொண்டே கேட்டார். “தணிக்கைன்னா தெரியாதா?”, என்று ஆச்சர்யமாகக் கேட்டார் ஆடிட்டர். “எனக்கு கோயில்ல கொடுக்கிற ‘தளிகை’ தான் தெரியும்” என்றார் முடி திருத்தும் நிபுணர்.

“உன் கடையின் வரவு - செலவுக் கணக்கைச் சரிபார்க்குறது; நீ கடையை ஒழுங்கா நடத்துறியா? கடையில் உன் ‘செய்கை’ எப்படி இருக்குதுன்னு சரிபார்க்குறதுதான் தணிக்கை” என்றார் ஆடிட்டர். அதற்கு, முடி திருத்தும் நிபுணர், “கத்தி வெட்டுப்பட்டு உங்க காது, ‘கை’யோட வந்ததே தெரியாமல் பேசிக்கிட்டு இருக்கீங்க. நீங்க எப்படி என் வேலைய சரிபார்ப்பீங்க?” என்றார்.

ஒரு நாட்டின் வளர்ச்சியிலும் தனி மனித வளர்ச்சியிலும் குடும்பப் பொருளாதாரம் மிக முக்கியப் பங்கு வகிக்கிறது. குடும்பப் பொருளாதாரம் என்பது ஒரு குடும்பமோ, குடும்பம் இல்லாத தனி நபரோ ஈட்டும் வருமானம் மற்றும் செய்யும் செலவையும், அவர்களது சேமிப்பையும் குறிப்பது. குடும்பங்கள் பயன்படுத்தும் பொருட்களும், பெறும் சேவைகளும் நாட்டின் உற்பத்தியின் ஒரு பகுதியாகின்றன.

இந்தியப் பொருளாதாரத்திலும் மொத்த உள்நாட்டு உற்பத்தியிலும் மிக முக்கியப் பங்கு வகிப்பது இந்தக் குடும்பப் பொருளாதாரம். மொத்த உள்நாட்டு உற்பத்தியில் குடும்பங்களின் சேமிப்பு சுமார் 10 முதல் 20 விழுக்காடு வரை உள்ளது. 2021-22ஆம் ஆண்டில் குடும்பங்களின் மொத்தச் சேமிப்பு ரூபாய் 46 லட்சம் கோடியாகும்.

இந்தியாவில் சுமார் 32 கோடி குடும்பங்களும் தமிழ் நாட்டில் சுமார் 2.4 கோடி குடும்பங்களும் உள்ளன. 2022-23ல் இந்திய மக்களின் சராசரி ஆண்டு வருமானம் ரூபாய் 1,72,000 எனக் கணக்கிடப்பட்டுள்ளது. அதே காலகட்டத்தில் தமிழ்நாட்டு மக்களின் ஆண்டு சராசரி வருமானம் ரூபாய் 2,73,000ஆக இருந்தது. ஆனால் இவை குடும்பங்களின் உண்மையான பொருளாதார நிலையை வெளிப்படுத்துவது இல்லை. உலக சமத்துவமின்மைத் தரவுகளின்படி, இந்தியர்களில் பணக்கார 10 விழுக்காட்டினர், ஒட்டுமொத்த 57 விழுக்காடு வருமானத்தை ஈட்டுகின்றனர். 1.6 விழுக்காடு மக்கள் மட்டுமே வருமான வரி செலுத்துவதால், 98.4 விழுக்காட்டினரின் ஆண்டு வருமானம் ரூபாய் 3 லட்சத்திற்கும் குறைவாகவே உள்ளது எனலாம்.

குடும்ப வருமானம் குறைவாக இருக்கையில், குடும்பங்கள் தங்கள் பொருளாதாரத்தைத் திடப்படுத்திக்கொள்ள வேண்டியதாகிறது. அதற்கு முதல் படியாக அமைவது, குடும்பம் பராமரிக்கும் வரவு-செலவுகளைச் சரியாகப் பராமரித்து, சரியாகத் தணிக்கை செய்வது. குடும்பங்களின் வரவு செலவுகளை மட்டுமல்ல; அவற்றின் அசையும் மற்றும் அசையாச் சொத்துக்களையும், மின்னணுச் சொத்துக்களையும் பாதுகாக்கவேண்டியதும் முக்கியமாகிறது. இவற்றிற்கிடையேயான தொடர்பை அடுத்தப் பக்கத்தில் உள்ள விளக்கப்படத்தில் காணலாம்.

ஆனால் அதற்குத் தொழில்முறை தணிக்கையர்களைப் பயன்படுத்த முடியாது; சாத்தியமில்லாதது. ஆகவே, தனி நபர்களும் குடும்பங்களும் தங்களது வரவுசெலவுகளையும், அனைத்து வகைச் சொத்துக்களையும் தணிக்கை செய்யும் பொறுப்பைத் தாங்களே மேற்கொள்ளவேண்டியது அவசியம். அதற்கு உதவுவதே நமக்கு நாமே தணிக்கை அணுகுமுறை.

வரவுகள்
செலவுகள்
முதலீடுகள்
மின் -
சொத்துக்கள்
குடும்ப
நிகழ்வுகள்
சமூகப்
பங்களிப்பு

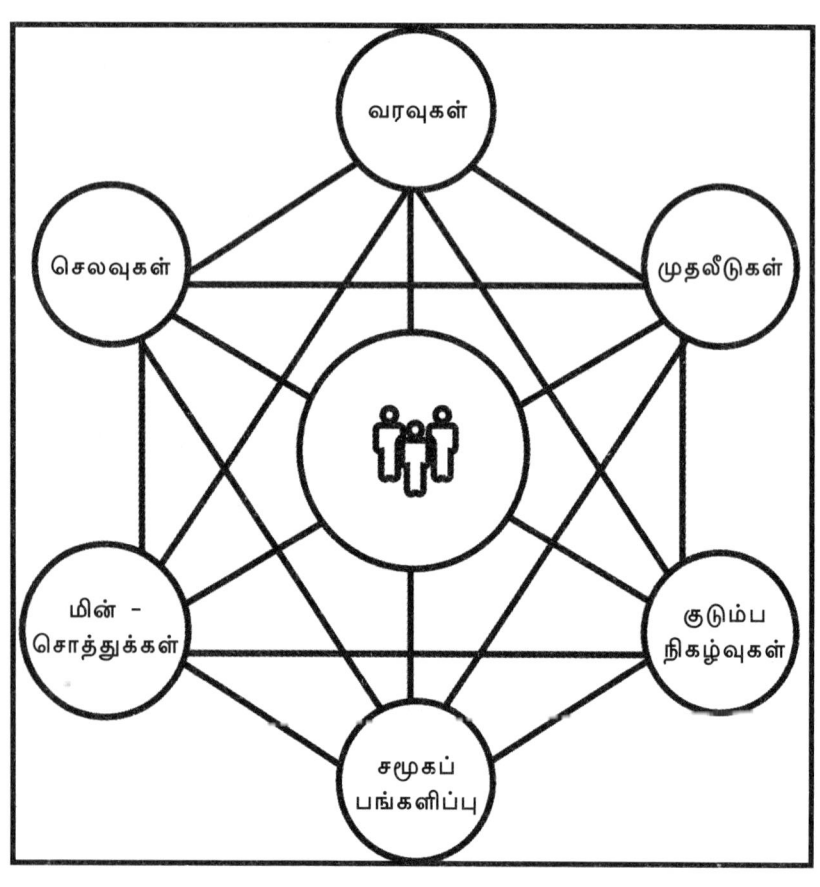

1. நமக்கு நாமே தணிக்கை

தணிக்கை என்பது நிறுவனங்களுக்கும், அலுவலகங்களுக்குமானது என்ற எண்ணம் நம்மில் பலரிடையே நிலவுகிறது. ஆனால் தணிக்கையின் நோக்கம் என்ன என்ற அடிப்படையில் அணுகினால், தணிக்கை என்பது எல்லோருக்கும் பொதுவானது என்பதைப் புரிந்து கொள்ளலாம்.

பொதுவாகத் தணிக்கையின் நோக்கம் (Objective) தணிக்கை செய்யப்படும் நிறுவனத்தின் கணக்கு களைச் சரிபார்ப்பது மற்றும் அதன் செயல் திறனை (Efficiency) மேம் படுத்தி, அந்த நிறுவனம் ஏற்றுக் கொண்ட நோக்கத்தை வெற்றிகரமாக எட்டச் செய்வதாகவே இருக்கும். நிறுவனம் அல்லது அலுவலகத்தின் செயல்பாடுகளில் உள்ள குறைபாடு களைக் கண்டறிந்து அவற்றைக் களைவதன் மூலம் நிறுவனத்தின் செயல் திறனை மேம்படுத்தலாம் என்ற கோட்பாட்டை அடிப்படையாகக் கொண்டது தணிக்கை.

> **யாருக்கு என்ன பயன்?**
>
> தனி நபர் மற்றும் குடும்பச் செலவு களையும், நிகழ்வுகளையும் தணிக்கை செய்வதன் மூலம், சிக்கனத்தைக் கடைப்பிடித்துச் செயல்திறனை மேம்படுத்தலாம். நம்முடைய இன்டர்நெட் பயன் பாட்டைத் தணிக்கை செய்வதன் மூலம், பாதுகாப்பாகச் செயல் படலாம். அரசின் செயல்பாட்டைத் தணிக்கை செய்வதன் மூலம் மக்களாட்சியை வலுப்பெறச் செய்யலாம்.

இப்போது தணிக்கை எல்லோருக்குமானது என்பதை எப்படி ஏற்றுக்கொள்வது என்பது பற்றி ஆய்வு செய்யலாம். நிறுவனங்களின்

செயல்பாட்டை மேம்படுத்துவது போலவே, தனி மனிதனின் செயல் பாட்டையும், குடும்ப நிர்வாக செயல்பாட்டையும் மேம்படுத்தத் தணிக்கையைப் பயன்படுத்த முடியும். அதாவது, ஒவ்வொரு தனிமனிதரும் தங்களுடைய வரவு-செலவுகளைப் பொருத்தமட்டில்

ஒரு தனி நிறுவனமே! தனி நபர்கள்/குடும்பங்களின் செயல்பாட்டில் உள்ள குறைகளைக் கண்டறிந்து, அவற்றைக் களைவதன் மூலமும், செயல்முறைகளை மாற்றியமைப்பதன் மூலமும், தணிக்கை அணுகுமுறையைத் தனி மனித/குடும்ப நிர்வாகத் திறனையும் மேம்படுத்தலாம்.

பெரும்பாலானோர் தங்கள் நிதி மேலாண்மையையும், பிற அன்றாட செயல்பாடுகளையும் திட்டமிட்டுச் செய்வது வழக்கம். திட்டமிட்டு செயல்படும் நடைமுறை எங்கெல்லாம் இருக்கிறதோ, அங்கெல்லாம் தணிக்கைக்கு வாய்ப்பு மற்றும் தேவை இருக்கிறது; தணிக்கை பயன்படுகிறது.

அது தவிர, நாம் ஒரு அரசமைப்பின் கீழ் வாழ்கிறோம்; சமூகமாகக் கூடி வாழ்கிறோம். நாம் மேற்கொள்ளும் வணிகப் பரிவர்த்தனைகளும், முதலீட்டு முடிவுகளும் பிற நிறுவனங்களைச் சார்ந்தே இருக்கின்றன. அதனால், தணிக்கையைப் பற்றிய அடிப்படை அறிவை வளர்த்துக்கொள்வது, நாம் சரியான முடிவுகளை எடுப்பதற்குப் பெரிதும் உதவும்.

தணிக்கை வரையறை

நிறுவனங்களின் நோக்கில் தணிக்கை என்பதை "நிர்வாகத்தின் செயல்திறனை மேம்படுத்தும் நோக்கில் கோப்புகளையும் பரிவர்த்தனை களையும் முறைப்படி ஆழமாக ஆய்வு செய்தும், கணக்குகள் மற்றும் பிற பதிவுகளின் துல்லியம் மற்றும் நம்பகத்தன்மையைச் சோதித்தும், ஒரு அமைப்பின் உண்மை நிலை குறித்து பயனாளர்களுக்குத் தெரிவிக்கும் தன்னாட்சி அமைப்பு முறை" என்று வரையறுக்கலாம்.

ஆனால் அதனை அப்படியே எல்லோருக்குமான தணிக்கை வரைமுறையாக ஏற்க முடியாது. அதனை எளிமையாகக் கூறினால், "ஒரு செயல்பாட்டை, அதனை மேம்படுத்தும் நோக்கில் ஆழமாக ஆய்வு செய்து தக்க மேல் நடவடிக்கை எடுக்கத் தூண்டும் செயல்முறை" எனக் கொள்ளலாம். இதில், நிறுவனங்கள் பின்பற்றும் சில கூறுகள் விடுபட்டுப் போகின்றன. எடுத்துக்காட்டாக, தன்னாட்சி அமைப்பு முறை என்பது விடுபட்டுப்போகிறது. அதைப் பற்றிக் கவலை கொள்ளத் தேவையில்லை. ஏனென்றால், எல்லோருக்குமான

> **நமக்கு நாமே தணிக்கை:**
> சான்றுகள் மற்றும் உண்மையான தகவல்கள் மற்றும் தரவுகளின் அடிப்படையில் தனி நபர் மற்றும் குடும்ப நிதிக் கணக்கு களையும் நிகழ்வுகளையும் ஆய்வு செய்து நம்மை நாமே மேம்படுத்துவது.

தணிக்கையில், நாம்தான் தணிக்கையராகிறோம். நமக்கு நாமே தணிக்கை செய்துகொள்ளப்போகிறோம். நமக்கு நாமே தணிக்கை என்பது "நமது வரவு-செலவுகளையும் செயல்பாடுகளையும், அவற்றை மேம்படுத்தும் நோக்கில், நாமே ஆழமாக ஆய்வு செய்து, குறைகளைக் கண்டறிந்து அவற்றைக் களைந்து, நமது செயல்திறனை மேம்படுத்த நடவடிக்கை எடுக்கத் தூண்டும் செயல்முறை" எனக் கொள்ளலாம்.

பொதுவாக, நிறுவனங்கள் மற்றும் அலுவலகங்கள் தணிக்கை என்பது, அவற்றின் செயல்பாட்டை அதன் தலைவருக்கும், அவரின் மேலதிகாரிகளுக்கும், பங்குதாரர்கள் மற்றும் பொதுமக்களுக்குத் தெரிவிக்கும் விதமாக அமையும். அது நிர்வாகத்தில் உள்ளவர்களது செயல்பாட்டிற்கு, அவர்களைப் பொறுப்பாளியாக்கும் நோக்கத்தைக் கொண்டது. ஆனால் 'நமக்கு நாமே' தணிக்கையில் அதற்கு வாய்ப்பில்லை.

ஆனால், குடும்பத்திற்குள் தனது இணையருக்கும், குடும்பத்தில் உள்ள பொறுப்பான மற்ற உறுப்பினர்களுக்கும் தெரிவிப்பது பொருத்தமாக இருக்கும். அது குடும்பத் தேவைகளின் மேலாண்மையை மேம்படுத்துவதோடு, அவர்களுக்கிடையேயான உறவை வலுப்படுத்தும். குடும்பத்திற்குள் சமத்துவத்தைப் புகுத்தி அனைவரது உரிமையையும் உறுதி செய்யும்.

யார் ஆடிட்டர்?

அலுவலகத்திலிருந்து களைப்பாக வந்த கணவனை வரவேற்று தேநீர் கொடுத்தார் மனைவி. "இந்த மாத குடும்ப செலவுக் கணக்கிலே, 5000 ரூபாய் இடிக்குது. நீங்க வேற ஏதாவது செலவு பண்ணுனீங்களா?", மனைவி கணவனைக் கேள்வி கேட்டார். "இல்லையே. செலவுக் கணக்கிலே ஏதாவது விடுபட்டுப் போயிருக்கும். நல்லா யோசிச்சிப் பாரு" என்றார் கணவர். "நல்லா யோசிச்சிப் பார்த்துட்டேன். எதுவும் விடுபடல", என்றார் மனைவி. "கூட்டல் தப்பாப் பண்ணிருப்ப. சரி பாரு". "அதெல்லாம் மறு கூட்டல் பண்ணிப் பார்த்துட்டேன். சரியாகத்தான் இருக்கு. நீங்கதான் எதையோ மறைக்கிறீங்க" என்றார் மனைவி. "என்ன இது குற்றவாளி மாதிரி கேள்வி கேக்குற. நீ ஆடிட்டரா இல்ல நான் ஆடிட்டரா?" என்றார் கணவர். "ஆபீஸ்ல வேணும்னா நீங்க பெரிய ஆடிட்டரா இருக்கலாம். வீட்டுல நான்தான் ஆடிட்டர். கேள்விக்குப் பதில் சொல்லுங்க" என்று தணிக்கை உரிமையை நிலை நாட்டினார் மனைவி.

நமக்கு நாமே தணிக்கை

நமக்கு நாமே மேற்கொள்ளும் தணிக்கையை எங்கெல்லாம் பின்பற்றலாம் என்பதையும், தனி நபர்களுக்குத் தணிக்கை ஏன் தேவைப்படுகிறது என்பதையும் அறிந்துகொள்வோம்.

1. ஒருவருடைய அல்லது ஒரு குடும்பத்தின் மாதாந்திர வரவு - செலவு கணக்கைத் தணிக்கை செய்து சரிபார்த்துக்கொள்ளலாம்.
2. நாம் நடத்தும் நிகழ்ச்சிகளின் செலவுகளையும், நிகழ்ச்சிகள் நடத்தும் செயல்முறையையும் நெறிப்படுத்திச் சிறப்பாகச் செயல்படலாம்.
3. நாம் மேற்கொள்ளும் முதலீடுகள் சரியான மற்றும் எதிர்பார்த்த பலனைத் தருகின்றனவா என அறியலாம்.

> **நமக்கு நாமே தணிக்கையில் என்ன செய்யலாம்?**
> 1. வரவு - செலவு கணக்கு ஆய்வு
> 2. நிகழ்ச்சிகளின் செயல்முறை
> 3. முதலீடுகள் தரும் பலன்கள்
> 4. முக்கியத் தகவல்களைக் காத்தல்
> 5. சமூக நிகழ்வுகள் ஆய்வு

4. நம்முடைய தனிப்பட்ட விசயங்கள் மற்றும் முக்கியமான தகவல்கள் பாதுகாப்பாக உள்ளனவா என்பதை உறுதி செய்துகொள்ளலாம்.
5. சமூகத்தில் நம்மைச் சுற்றி நடப்பவை குறித்த உண்மை நிலையை அறிந்துகொள்ளும் முயற்சியில் உதவும்.

மேலும், நாம் பின்பற்றும் உணவு முறை முதல் நம்முடைய சமூக ஊடகப் பயன்பாடு வரையிலான செயல்பாடுகள் சரியாகவும் கட்டுப்பாட்டிற்குள்ளும் உள்ளனவா என்பதையும் உறுதி செய்து கொள்ளத் தணிக்கை அணுகுமுறை உதவும்.

மேற்கூறிய தணிக்கைப் பயன்பாடுகளை, நாம் வழக்கமாகப் பின்பற்றும் "மறு ஆய்வு" (Review) மூலம் செய்ய முடியுமே? பின் ஏன் தணிக்கை அணுகுமுறை? என்ற கேள்வியும் எழுகிறது. மறு ஆய்வு மற்றும் மீள் ஆய்வு போன்ற அணுகுமுறைக்கும் தணிக்கை அணுகுமுறைக்கும் உள்ள அடிப்படை வேறுபாடு, தணிக்கை என்பது முற்றிலும் சான்றுகளின் அடிப்படையிலானது. தரவுகள் மற்றும் தகவல்கள் மூலமாகப் பெறப்படும் சான்றுகளின் அடிப்படையில் முடிவுகளை மேற்கொள்வதால், அது சரியாகவும் நம்பகத் தன்மை உடையதாகவும் இருக்கும். ஆனால், பிற ஆய்வு முறைகள் மேலோட்டமானதாகவும், அனுமானங்களின் அடிப்படையிலும் இருக்க வாய்ப்பு உண்டு. அதனால், தவறுகள் ஏற்பட வாய்ப்பு உண்டு.

ஆகவே தணிக்கை அணுகுமுறையைப் பின்பற்றும்போது, சரியான நம்பத் தகுந்த முடிவுகளை மேற்கொள்ள முடியும்.

தணிக்கை என்பது, பொதுவாகச் சான்றுகளின் அடிப்படையிலானது. அதனால் பெருமளவுத் தணிக்கை முடிவுகள் ஆவணங்களின் அடிப்படை யிலேயே இருக்கும். ஆனால் 'நமக்கு நாமே' தணிக்கையில் அனைத்திற்கும் ஆவணங்கள் இருக்க வாய்ப்பு இல்லை. ஆவணங்கள் அனைத்தும் குறிப்பிட்ட செலவு அல்லது நிகழ்வின் உண்மைத் தன்மையை உறுதி செய்யவே! ஆகையால், ஆவணங்கள் இல்லாவிடினும், அவற்றின் உண்மைத் தன்மையை உறுதி செய்துகொள்ள வேண்டும். அனுமானங்களுக்கு இடமில்லை. தகவல் அல்லது செலவு சரியானது தானா என்பதை உறுதிப்படுத்திக்கொள்ளும் பொறுப்பு நமக்கு உண்டு. அவ்வாறு உறுதிப்படுத்தாவிடில், அல்லது அனுமானத்தின் அடிப்படையில் தணிக்கை செய்வது சரியல்ல. அது நம்மை நாமே ஏமாற்றிக்கொள்வது போன்றது. ஆகவே ஆவணங்கள் இல்லை யெனினும், பிற வழிகளில் செலவையும் நிகழ்வுகளையும் உறுதிப்படுத்திக் கொண்டால் மட்டுமே நமக்கு நாமே தணிக்கை செய்ய முடியும்.

'நமக்கு நாமே' தணிக்கை செய்யும் முறை

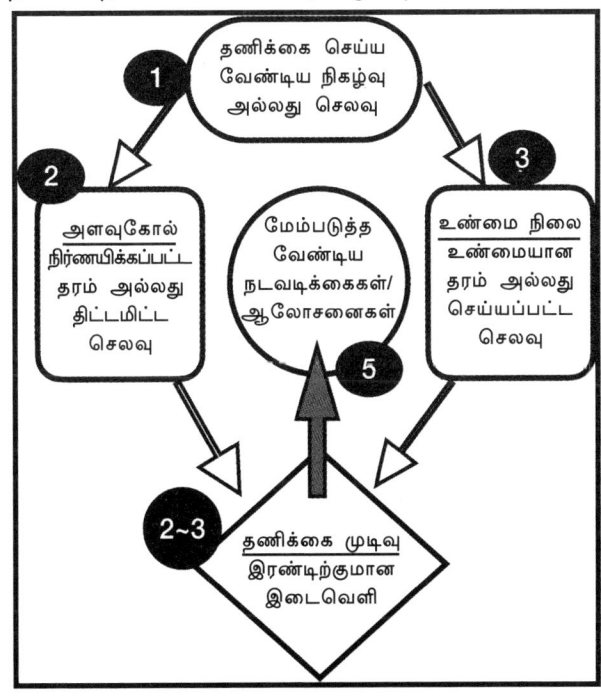

தணிக்கை செயல்முறையில் உள்ள அடிப்படைப் படிநிலைகளை அறிந்துகொள்வதன் மூலம் 'நமக்கு நாமே' தணிக்கையை மேற்கொள்ளலாம்.

1. முதலில், நாம் தணிக்கை செய்யவேண்டிய நிகழ்வை முடிவு செய்ய வேண்டும். அது மாதாந்திர வரவு-செலவு கணக்காக இருக்கலாம்; திருமணம் அல்லது பிறந்தநாள் போன்ற நிகழ்வுகளாக இருக்கலாம்; குழந்தைகளின் கல்விச் செலவாக இருக்கலாம்; அல்லது முதலீடாகவோ, வாகனப் பயன்பாடாகவோ இருக்கலாம்.

2. அடுத்து, தணிக்கை செய்கையில் நாம் பின்பற்றவேண்டிய தர நிலைகள் (Norms/ standards/ benchmark) அல்லது அடிப்படைக் கூறுகளை (Criteria) நிர்ணயம் செய்துகொள்ள வேண்டும். அதாவது, நம்முடைய செயல்பாட்டை "ஒப்பீடு செய்யும் அளவு கோல்களை" நிர்ணயம் செய்துகொள்ள வேண்டும். நிறுவனங்களைப் பொறுத்தவரை அவை சட்டங்கள், விதிகள், ஒழுங்குமுறை ஆவணங்கள் எனப் பல்வேறு வடிவம் பெறுகின்றன. ஆனால் தனி நபர் அல்லது குடும்பம் சார்ந்த தணிக்கையில் அவை இருப்பதில்லை. மாறாக, சிறந்த நடைமுறைகள் (Best Practices) அல்லது நம்முடைய திட்டம் (Plan) அல்லது எதிர்பார்ப்பு (Expectation) முதலியவற்றை அளவுகோல்களாகக் கொள்ளலாம்.

3. அளவு கோல்களை நிர்ணயித்த பின்னர், நாம் தணிக்கை செய்ய வேண்டிய கணக்கு அல்லது நிகழ்ச்சி குறித்த உண்மையான தகவல்களையும் தரவுகளையும் சேகரித்துக்கொள்ள வேண்டும். அவ்வாறு சேகரித்த தகவல்கள் சரியானவை என்பதைச் சான்றுகள் (Evidence) மூலம் உறுதிப்படுத்திக்கொள்ள வேண்டும். இங்கே அனுமானங்களுக்கும் மதிப்பீடுகளுக்கும் வாய்ப்பில்லை. எடுத்துக்காட்டாக, நிதிப் பரிமாற்ற ஆவணங்கள், ரசீதுகள், மற்றவர்களின்/குடும்ப உறுப்பினர்களின் விளக்கங்கள் மற்றும் வாக்குமூலங்கள் போன்றவற்றைத் தொகுத்துக்கொள்ள வேண்டும். குறிப்பாக ஒவ்வொரு செலவிற்கும், நிகழ்விற்கும் தக்க சான்றுகளைத் தயார் செய்துகொள்ள வேண்டும்; அல்லது வேறு வகைகளில் உறுதிப்படுத்திக்கொள்ள வேண்டும்.

4. அடுத்ததாக, மேலுள்ள பட்டியலில் இரண்டாம் மற்றும் மூன்றாம் எண்களில் உள்ள இரண்டையும் ஒப்பிட்டுப் பார்க்க வேண்டும். அதாவது அளவுகோலாக நிர்ணயித்ததுடன், உண்மை நிலவரத்தை / அல்லது கணக்கை ஒப்பிட்டுப் பார்க்க வேண்டும். அவ்வாறு ஒப்பிடும்போது இரண்டிற்குமான இடைவெளியைக் குறித்துக் கொள்ள வேண்டும். அந்த இடைவெளி ஏன் ஏற்பட்டது, அதற்கான காரணம் என்ன என்பதையும் ஆராய்ந்து முடிவு செய்ய வேண்டும்.

5. இறுதியில், அந்த இடைவெளி ஏற்படுத்தும் விளைவுகளைக் கணிக்க வேண்டும். அதாவது, அந்த இடைவெளியால் செலவு அதிகரித்ததா, வரவு குறைந்ததா, அல்லது நிகழ்ச்சி நடப்பதில் குறைபாடு ஏற்பட்டதா போன்றவற்றை முடிவு செய்ய வேண்டும். அந்த விளைவு சிறிதாக இருந்தால், அதனைப் புறக்கணித்து விடலாம். விளைவு பெரிதாகவும் மோசமானதாகவும் இருந்தால் அவற்றை எவ்வாறு சரிசெய்வது அல்லது எதிர்காலத்தில் அவ்வாறு நிகழாமல் தடுப்பது எப்படி என்பதை முடிவு செய்ய வேண்டும்.

இதுபோன்ற ஆய்வை ஒவ்வொரு செலவிற்கும், ஒவ்வொரு நிகழ்விற்கும் செய்து, அவற்றில் ஏற்பட்ட இடைவெளியைக் கண்டறிய வேண்டும். அனைத்திலும் ஏற்பட்ட இடைவெளியால் ஏற்பட்ட கூட்டு விளைவையும் கண்டறிந்து, அது நம் வாழ்வையும் செலவுகளையும் எவ்வாறு பாதித்தது எனக் கண்டறிந்து, தக்க நடவடிக்கை மேற்கொள்ள வேண்டும்.

தணிக்கை செய்தல்: எடுத்துக்காட்டு

தணிக்கை அணுகுமுறையின் மூன்று அங்கங்களைப் பற்றி அறிந்துகொள்வோம்.

1. பிறந்தநாள் கொண்டாட்டச் செலவு

குழந்தையின் பிறந்தநாள் விழாக் கொண்டாட்டம் குறித்த தணிக்கை அணுகுமுறைகள் குறித்து விளக்கமாகப் பார்க்கலாம். முதலில் அதற்குரிய செலவுத் திட்டத்தையும், செயல் திட்டத்தையும் நிகழ்ச்சிக்கு முன்னரே தயார் செய்திருக்க வேண்டும். செலவுத் திட்டத்தில் என்ன வகையான செலவுகள் (பரிசுப் பொருள், ஆடைகள், பலகாரங்கள், கேளிக்கை போன்றவற்றிற்கான செலவுகள்) மற்றும் அதற்குரிய வரம்புகளை (Limit) நிர்ணயித்திருக்க வேண்டும். அவ்வாறு

நிர்ணயித்ததை, உண்மையில் செய்த செலவுகளுடன் ஒப்பிட்டுப் பார்க்க வேண்டும். செலவு திட்ட மிட்டதை விடக் கூடுதலாக உள்ளதா; அல்லது குறைவாக உள்ளதா என அறிந்து அதற்குரிய காரணத்தையும் ஆராய வேண்டும். இவ்வாறு செலவுகள் ஒவ்வொன்றையும் ஆய்வு செய்து, அதனால் ஏற்பட்ட மொத்த விளைவை - அதாவது திட்டமிட்டதைவிட கூடுதலாக/குறைவாகச் செய்த செலவைக் கணக்கிட்டுக்கொள்ள வேண்டும்.

கூடுதல் செலவிற்கான காரணத்தைக் கண்டறிந்து, அதனை ஈடு கட்டுவது எப்படி என்றும், அடுத்த முறை கூடுதல் செலவாவதைத் தடுப்பது எப்படி என்பதையும் முடிவு செய்து, அதனைப் பின்பற்ற வேண்டும்.

2. பிறந்தநாள் கொண்டாட்ட நிகழ்ச்சி

பிறந்தநாள் கொண்டாட்ட நிகழ்ச்சியின் செயல்திட்டத்தையும் (என்னென்ன வகையான செயல்கள் செய்ய வேண்டும், எப்போது செய்ய வேண்டும், எப்படிச் செய்ய வேண்டும், யார் செய்ய வேண்டும் போன்றவைகள்) முதலில் முடிவு செய்திருக்க வேண்டும். நிகழ்ச்சியின் செயல் திட்டம் திட்டமிட்டபடி நடந்ததா என்பதையும் ஆய்வு (தணிக்கை) செய்யலாம். அதாவது, நிகழ்ச்சி திட்டமிட்டபடி, திட்டமிட்ட வரிசையில், திட்டமிட்ட தரத்தில் நடந்ததா என்பதைத் திட்டமிட்ட நிகழ்ச்சி நிரலோடு ஒப்பிட்டுப்பார்க்க வேண்டும். அதில் நிகழ்ந்த குறைகளையும் தவறுகளையும் கண்டறிய வேண்டும். அந்தக் குறைபாடுகளை எதிர்காலத்தில் தவிர்ப்பது எப்படி என்பதையும், செயல்முறைகளை மேம்படுத்துவது எப்படி என்பதையும் முடிவு செய்ய வேண்டும்.

3. பிறந்தநாள் கொண்டாட்ட விளைவு

பிறந்தநாள் கொண்டாட்டத்தின் முடிவு எப்படி அமைந்தது, மன நிறைவு கிட்டியதா, கலந்துகொண்டவர்களின் பின்னூட்டம்/கருத்து என்பன போன்றவை கொண்டாட்டத்தின் வெற்றியைச் சுட்டிக் காட்டும். நிறுவனங்கள் நடத்தும் நிகழ்ச்சியின் வெற்றியைச் சுட்டிக் காட்டப் பல வழிமுறைகள் உண்டு. ஆனால், தனி நபர் சார்ந்த

நிகழ்ச்சியின் வெற்றியின் அளவைத் தீர்மானிக்க, குறிப்பிடத் தகுந்த திடமான அளவுகோல்கள் நிர்ணயிக்க வாய்ப்புகள் இல்லை. ஆகையால் அதைக் கணக்கிடவோ அளவிடவோ முடியாது. அது அவரவரது எதிர்பார்ப்பையும் மன நிறைவையும் பொறுத்தது; ஆகையால் அகநிலையில் மட்டுமே உணர முடியும். பிறர் தரும் பின்னூட்டத்தின் மூலமும் முடிவு செய்துகொள்ளலாம் எனினும், நமது நிகழ்ச்சியின் முடிவு குறித்து நாம் என்ன உணர்கிறோம் என்பதே முக்கியமானது.

மணமகள் என்ன செய்கிறார்?

ஒரு திருமணம் மிகவும் விமரிசையாக நடந்துகொண்டிருந்தது. திருமண மண்டபம் வெகு அழகாக அலங்கரிக்கப்பட்டிருந்தது. ஆனால் பரபரப்பாக இருந்தது. மணப்பெண் எல்லோரிடமும் ஏதோ விசாரித்துக் கொண்டிருந்தார். மண்டபத்தின் எல்லா மூலைகளுக்கும் சென்று வந்தார். அலங்காரம் செய்ததை உற்று நோக்கினார். சமையல் செய்பவர்களிடம் பேசினார், சமையல் பொருட்களைச் சோதித்துப் பார்த்தார். பார்ப்பவர்களுக்கு மணமகளின் செயல் குறித்து எதுவும் புரியவில்லை. நகை ஏதோ காணாமல் போய்விட்டதாகவும், அதை மணமகள் விசாரித்துக் கொண்டிருப்பதாகவும் பேசிக்கொண்டனர். உண்மையில் மணமகள் என்ன செய்துகொண்டிருந்தார் தெரியுமா?

திருமண மண்டபம் ஒப்பந்தப்படி அலங்கரிக்கப்பட்டிருக்கிறதா, சமையல் ஒப்பந்தப்படி செய்யப்படுகிறதா, பூமாலைகள் சரியாகக் கொடுக்கப்பட்டுள்ளதா எனச் சரிபார்த்தார்; சாப்பிடுவோர் எண்ணிக்கையைக் கணக்கெடுத்துக்கொண்டிருந்தார்.

ஏனென்றால், அவர் தணிக்கையர்!

இந்த எடுத்துக்காட்டு மூலமாகத் தணிக்கையின் வகைகளைப் புரிந்துகொள்ளலாம்.

1. பிறந்தநாள் கொண்டாட்டச் செலவு குறித்த தணிக்கை "நிதித் தணிக்கை" ஆகும். அதாவது வரவு-செலவு கணக்குகள் சரியாக உள்ளதா என அறிவது.
2. பிறந்தநாள் கொண்டாட்ட நிகழ்ச்சி நிரல் குறித்த தணிக்கை "இணக்கத் தணிக்கை" ஆகும். அதாவது, நிகழ்ச்சி நிரல் சரியாகவும் முறையாகவும் நடந்ததா எனவும்; கூடுதல் செலவு ஏற்பட்டதா எனவும் அறிவது.
3. பிறந்தநாள் கொண்டாட்ட விளைவு குறித்த தணிக்கை "செயலாக்கத் தணிக்கை" என அறியப்படும். அதாவது, நிகழ்ச்சியின் நோக்கம் நிறைவேறியதா அது வெற்றியடைந்ததா, மன நிறைவு ஏற்பட்டதா என்பது குறித்து அறிவது.

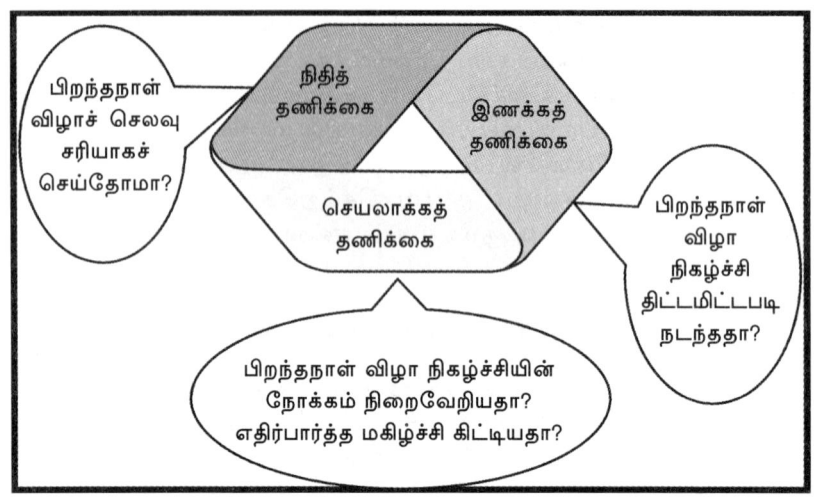

நம்முடைய நோக்கத்தின் அடிப்படையில் நமது தணிக்கை வகையைத் தேர்ந்தெடுத்துக்கொள்ளலாம். அனைத்து வகை தணிக்கையிலும் செயல்முறை ஒன்றுதான். என்ன நோக்கத்திற்காகத் தணிக்கை செய்கிறோம், எதனைக் கவனிக்கிறோம், எதனோடு ஒப்பிடுகிறோம், என்ன முடிவுகள் மேற்கொள்கிறோம், அவற்றை எப்படிப் பயன்படுத்துகிறோம் என்பதில்தான் தணிக்கையின் வகை வெளிப்படுகிறது.

தணிக்கை வகைகள், திட்டமிடல், செயல்படுத்தல், தணிக்கைக் கருவிகள் குறித்து விரிவாக அறிந்துகொள்ள விரும்பும் மாணவர்களும் தொழில் முறைத் தணிக்கையர்களும், இந்த நூலாசிரியரின் மற்றுமொரு படைப்பான "தணிக்கை தெளிவாக்கமும் செயல்முறைகளும்" என்ற நூலைப் படிக்கலாம்.

தணிக்கையை எப்போது செய்கிறோம் என்பதைப் பொறுத்து 'முன் தணிக்கை மற்றும் பின் தணிக்கை' என இரு வகைகளாகக் கொள்ளலாம். பொதுவாகத் தணிக்கை என்பது 'பின் தணிக்கை' வகையையே குறிக்கும். ஆயினும் சில சூழல்களில், ஒரு நிகழ்வின்/ செலவின் முக்கியத்துவம் கருதி அதைச் செய்வதற்கு முன்னரே செய்வது நல்லது. அதாவது, முன் தணிக்கை என்பது ஒரு செயலைச் செய்யும் முன் அல்லது செலவளிக்கும் முன், சரியாகச் செய்கிறோமா / செலவளிக்கிறோமா என உறுதிப்படுத்திக்கொள்வதைக் குறிக்கும். ஆயினும் இரு வகைகளிலும், தணிக்கை அணுகுமுறைகளும் செயல் முறைகளும் ஒன்றுதான். நமக்கு நாமே தணிக்கை அணுகுமுறை, முன் தணிக்கை-பின் தணிக்கை என இரண்டையும் உள்ளடக்கியது.

தணிக்கை ஆய்வுகள்

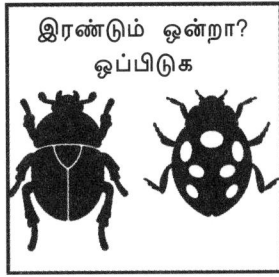

தணிக்கையில் அளவுகோலாக நிர்ணயிக்கப் பட்டதற்கும், உண்மையில் நடந்தவற்றிற்குமான இடைவெளியைக் கண்டறிவதுதான் மிக முக்கியம். இரண்டையும் ஒப்பிட்டுப் (Comparision) பார்ப்பதன் மூலமும், பகுப்பாய்வு (Analysis) செய்வதன் மூலமும் மட்டுமே அந்த இடைவெளியைக் கண்டறிய முடியும். ஒப்பீடு செய்வது குறித்துக் கூடுதல் விளக்கம் தேவையில்லை. பகுப்பாய்வு என்பது குறிப்பிட்ட செலவினம் அல்லது நிகழ்வைப் பல்வேறு சிறு கூறுகளாகப் பிரித்தும், அவற்றை ஒன்றோடு ஒன்று இணைத்தும், ஒப்பிட்டும் பார்த்து, அவை சரியாக உள்ளனவா என்று ஆழமாக ஆய்வு செய்வது.

எடுத்துக்காட்டாக, பிறந்தநாள் கொண்டாட்டத்திற்கான செலவில் உணவிற்கான செலவை எடுத்துக்கொள்ளலாம். திட்டமிட்ட வகையான உணவுகளை மட்டுமே வாங்கினோமா? திட்டமிட்ட அளவிற்குள் வாங்கினோமா? திட்டமிட்ட விலைக்குள் வாங்கினோமா? மொத்த உணவுச் செலவு திட்டமிட்ட அளவிற்கு உட்பட்டு இருந்ததா? உணவு சரியாக இருந்ததா - வீணானதா? என்பது போல் ஆய்வு செய்வது, பகுப்பாய்வு முறையாகும்.

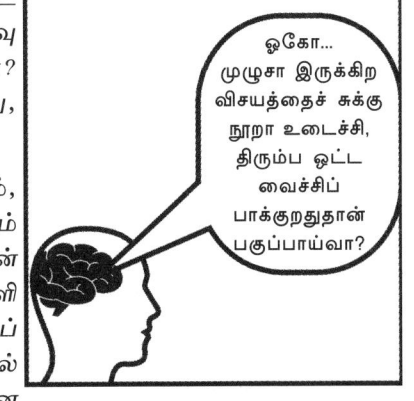

ஒப்பீட்டு அளவுகோலிற்கும், உண்மையில் நிகழ்ந்ததற்கும் இடையேயான இடைவெளியின் அளவு மிக முக்கியம். இடைவெளி குறைவாக இருந்தால் அதனைப் புறக்கணித்துவிடலாம். ஆனால் அதிகமாக இருக்கையில், அதற்கான காரணத்தைக் கண்டறிய முயல வேண்டும். அந்த இடைவெளியையும் அதற்கான காரணத்தையும் கண்டறிவதுதான் தணிக்கை.

அடுத்து செய்யவேண்டியது, அந்த இடைவெளிக்குக் காரணமானவற்றை நீக்கி / நிவர்த்தி செய்து இடைவெளியைப் போக்குவது. அதற்குரிய செயல்முறை குறித்து முடிவு செய்ய வேண்டும். அதனைப் பின்பற்றுவதன் மூலம் எதிர்காலத்தில் அத்தகு குறைபாடுகள் ஏற்படா வண்ணம் தடுக்க முடியும்.

நமக்கு நாமே தணிக்கை முடிவுகளைத் தொகுத்தல்

நமக்கு நாமே தணிக்கையின் முடிவில் கிடைக்கும் கருத்துக்களையும், அடுத்து செய்யவேண்டிய நடவடிக்கைகளையும் தனியாகக் குறித்துக்கொள்ள வேண்டும். அந்தக் குறிப்புகளை அவ்வப்போது படித்து நினைவில் வைத்துக்கொள்வதன் மூலம் பிற்காலத்தில் மேற்கொள்ளும் செலவுகளைச் சிக்கனமாகவும், நிகழ்ச்சிகளைத் திறம்படவும் செயல்படுத்த முடியும். அதை ஒரு எளிதான அட்டவணை வடிவில் பதிவுசெய்தால் பிற்காலத்தில் மீள் ஆய்வு செய்வதற்கு வழிவகுக்கும்.

வாழ்வில் எதை மறந்தாலும், அனுபவப் பாடங்களை மறக்கக்கூடாது. நமக்கு நாமே தணிக்கையில் கண்டறிந்த குறைகளும், அதை மேம்படுத்தத் திட்டமிட்ட உத்திகளும் என்றும் நினைவில் வைத்துக்கொள்ள வேண்டியவை.

தேதி/ காலம்	நிகழ்வு/ செலவு	குறைபாடு/ இடைவெளி	சரிப்படுத்தும் நடவடிக்கை(கள்)

நமக்கு நாமே தணிக்கை என்பது குடும்பத்தில், நம்மையும் சேர்த்து அனைத்து குடும்ப உறுப்பினர்களுக்கானது. அது மற்றவர்கள் செய்த செலவிலும், செயல்பாடுகளிலும் குறைகளைக் கண்டறிவது அல்ல. அதன் நோக்கம் எதிர்கால செலவினங்களையும் செயல்முறை களையும் மேம்படுத்துவது; அதன் மூலம் குடும்ப மகிழ்ச்சியையும் மேம்படுத்துவது.

தணிக்கை வாழ்க்கை முறை (Audit lifestyle)

நமக்கு நாமே தணிக்கை செய்யும் முறையை நம் வாழ்க்கை முறைகளுள் ஒரு பழக்கமாகவே ஏற்றுக்கொள்ள வேண்டும். வாரம் ஒரு மணி நேரம் அல்லது மாதம் இரண்டு அல்லது மூன்று மணி நேரம் (தேவைக்கேற்ப) ஒதுக்கி, நம் வாழ்க்கை/செலவிடும் முறையைத் தணிக்கை செய்யும் வழக்கத்தை ஏற்படுத்திக்கொள்ள வேண்டும்.

நமக்கு நாமே தணிக்கையை வாழ்க்கை முறையாகப் பழக்கப் படுத்திக் கொண்டால், பொருளாதாரச் சிக்கலிலிருந்து மட்டுமல்ல, அவற்றால் ஏற்படும் மன உளைச்சலையும் தவிர்க்கலாம். இதனால் கிடைக்கும் நன்மைகளின் பட்டியல் பெரிது.

தணிக்கை வாழ்க்கை முறையின் நன்மைகள்:

- நம்முடைய செலவினங்களைச் சரியாகவும், தேவைக்கேற்பவும் முறைப்படுத்தலாம்.
- கடன் வாங்குவதை/ வாங்கும் சூழ்நிலையைத் தடுக்கலாம்.
- சேமிப்பையும் முதலீட்டையும் மேம்படுத்தலாம்; சரியான வகையில் செய்யலாம்.
- முன்னர் செய்த பிழைகளைக் கண்டறிந்து, தக்க பாடம் கற்கலாம்.
- நம் வாழ்வின் தரத்தை நாமே மதிப்பீடு செய்யலாம்.
- ஆவணங்கள் பாதுகாப்பை உறுதிசெய்து, எதிர்கால சிக்கலைத் தவிர்க்கலாம்.
- குடும்பத்திற்குள் பணத்தால் ஏற்படும் சச்சரவுகளைத் தவிர்க்கலாம்.
- நம் தனிப்பட்ட தரவுகள் பொது வெளியில் பரவாமல் தடுத்து, மன உளைச்சல் ஏற்படுவதைத் தவிர்க்கலாம்.
- எதிர்பாராத செலவினங்களால் ஏற்படும் மன உளைச்சல்களைத் தவிர்க்கலாம்.
- தனி மனித மகிழ்ச்சியையும், குடும்ப மகிழ்ச்சியையும் மேம்படுத்தலாம்.

ஆடிட்டர் ஆகும் தகுதி

"எவ்வளவு வருசமா தணிக்கை செய்யுறீங்க?" என்றார் அந்த நிறுவனத்தின் அதிகாரி. "பத்து வருசமா!" என்றார் தணிக்கை அலுவலர். "என்ன படிச்சிருக்கீங்க?"என்றார் அதிகாரி. "B.Com படிச்சிருக்கேன்". "CA, CMA இது மாதிரி என்ன தகுதி வச்சிருக்கீங்கன்னு கேட்கிறேன்", என்றார் அதிகாரி. "அது மாதிரி எதுவும் படிக்கவில்லை", என்றார் தணிக்கை அலுவலர். "B.Com மட்டும் படிச்சிட்டு எப்படி ஆடிட்டர் வேலை செய்யுறீங்க?" என்றார் அதிகாரி. "அரசுத் துறையில தேர்வு மூலமாக எந்த இளங்கலை பட்டம் பெற்றவரும் ஆடிட்டர் ஆகலாம். தனியார் துறையில், ஆடிட் சர்டிபிகேட்ல கையெழுத்து போடுறதுக்குதான் குறிப்பிட்ட தகுதிகள் தேவை. மற்றபடி பயிற்சி மூலமாக யார் வேணும்னாலும் தணிக்கைப் பணி செய்யலாம். நீங்களும்கூட செய்யலாம்."

பயிற்சி மூலமாக ஒரு நிறுவனத்தையே தணிக்கை செய்யலாம் என்றால், குடும்ப பட்ஜெட்டையும் நிகழ்ச்சிகளையும், நமக்கு நாமே ஏன் தணிக்கை செய்ய முடியாது?

நமக்கு நாமே தணிக்கை அணுகுமுறையின் மூலம், வாழ்க்கையின் ஒவ்வொரு நிகழ்வையும் தணிக்கைக்கு உட்படுத்த வேண்டும். உண்மையில் தணிக்கைத் தகுதியான நபரால், செலவிற்கும் நிர்வாகத்திற்கும் தொடர்பில்லாத ஒருவரால் செய்யப்பட வேண்டுமெனினும், குடும்பங்களில் அவ்வாறு செய்ய முடியாது. ஆனால், நமக்கு நாமே தணிக்கை செய்பவர், நாம்தான் செலவு செய்தோம், நாம்தான் நிர்வாகம் செய்தோம் என்பதை மறந்து (மறுத்து), தன்னை வேறு ஒரு நபராகக் கருதித் தணிக்கை செய்ய வேண்டும். இவ்விடத்தில் செலவு செய்தவரே தணிக்கையராக மறுவடிவம் பெறுகிறார்.

ஒரு தனிநபர்/குடும்பப் பொருளாதாரத்திலும் செயல்பாடுகளிலும் மேம்பட/நெறிப்படுத்த பின்வருவனவற்றில் நமக்கு நாமே தணிக்கை செய்துகொள்ள வேண்டும்.

1. குடும்ப வரவு - செலவுகள் மற்றும் குறிப்பிட்ட நிகழ்ச்சியின் செலவுகள்.
2. குடும்ப முக்கிய நிகழ்வுகள் செயல்படுத்தப்பட்ட விதம்.
3. உபரி வருமானம் மற்றும் சேமிப்பை முறையான சொத்துகளில் முதலீடு செய்வது.
4. சொத்துக்களைப் பாதுகாப்பது மற்றும் அவற்றை மேம்படுத்துவது.

தணிக்கை அணுகுமுறையில் உள்ள வேறுபாடுகளையும், நமக்கு நாமே தணிக்கையின் அணுகுமுறையையும் அடுத்து உள்ள கதையைப் படித்தால் புரியும்.

வீரன் பறந்து சென்றது சரியா?

இந்தியாவில் பிரபலமான புராணம் ஒன்றில் நடந்த நிகழ்வின் அடிப்படையில் தணிக்கை குறித்துக் கூறப்படும் கதை இது.

தீவு ஒன்றில் நடந்த போரில், போர்க்களத்தில் கானகம் வந்த பட்டத்து இளவரசரின் தம்பி எதிரியின் தாக்குதலால் மயக்க மடைகின்றான். தம்பியை மயக்கம் தெளியச் செய்ய இந்தியாவில் உள்ள ஒரு மலையிலிருந்து உயிர் காக்கும் சஞ்சீவி மூலிகையைக் கொண்டு வரவேண்டும் என மருத்துவர் கூறுகிறார். அதனைக் கொண்டு வரும் பணியை இளவரசனின் பக்தனாகிய போர் வீரனிடம் கொடுக்கப்படுகிறது. வீரனும் மூலிகையைக் கொண்டுவரப் பறந்து செல்கின்றான். சென்ற இடத்தில் சஞ்சீவி மூலிகைச் செடி எதுவென்று தெரியாததால், அங்கிருந்த மலையையே பெயர்த்து எடுத்து வருகிறான். வீரன் எடுத்து வந்த மலையில் சஞ்சீவி மூலிகையைத் தேடிக் கண்டுபிடித்த மருத்துவர், மயக்கமுற்றிருந்த தம்பியை உயிர்ப்பிக்கிறார்.

இந்தக் கதையில் நான்கு விதமான தணிக்கை அணுகுமுறைகளுக்கு வாய்ப்புள்ளன. அவற்றை அறிந்துகொள்வதன் மூலம் தணிக்கை என்றால் என்ன எனப் புரிந்துகொள்ளலாம்.

தணிக்கை அணுகுமுறை 1:

இந்த நிகழ்ச்சி முடிந்த உடன் மருந்து கொண்டுவரச் சென்ற பயணத்திற்கான செலவு, அரசின் தணிக்கைப் பிரிவிற்கு வருகிறது. மருந்து கொண்டுவரச் சென்றவர் சாதாரண போர்வீரன் எனவும், அவருக்கு பறந்து செல்ல அனுமதி இல்லை எனவும், அதனால் அந்தச் செலவு முறையற்றது எனவும் தணிக்கை மறுப்பு கூறுகிறது. பணம் வழங்கவும் மறுத்துவிட்டது.

தணிக்கை அணுகுமுறை 2:

அணுகுமுறை 1ல், போர்வீரன் பறந்து சென்றது முறையற்றது என்று தணிக்கை மறுத்துவிட்டது குறித்து மேலிடத்திற்குப் புகார் அளிக்கப்படுகிறது. மேலிடத்திலிருந்து தக்க 'அழுத்தமும் கவனிப்பும்' தணிக்கையருக்கு வருகிறது. அதனால் தணிக்கையர் தன் நிலையை மாற்றிக்கொள்கிறார். போர்வீரனுக்குப் பறக்க அனுமதி இல்லை என்றாலும், நாட்டின் இளவரசர்களைக் காப்பாற்ற வேண்டும் என்பதாலும், வேறு யாருக்கும் பறக்கும் திறமை இல்லாததாலும், அந்தப் பயணச் செலவை அனுமதிக்கலாம் என்று தணிக்கையர் முடிவுசெய்கிறார். செலவளித்த பணமும் வழங்கப்படுகிறது.

நன்றி: கதை தணிக்கை அணுகுமுறை 1 மற்றும் 2: யாரோ

தணிக்கை அணுகுமுறை 3:

தணிக்கை அணுகுமுறைகள் 1ம் 2ம் தணிக்கையின் செயல்பாடு குறித்து விமர்சனம் செய்யச் சொல்லப்படும் கூடுதல் கற்பனைக் கதைகள். அவை தணிக்கைக்கு முக்கியத்துவம் கொடுக்க விரும்பாத, நிர்வாகத்தின் பிற

பிரிவுகளைச் சார்ந்தவர்களால் திரித்துக் கூறப்பட்டவை. ஆனால், இரண்டு கதைகளிலும் தணிக்கையரின் செயல்கள் தவறானவை. உண்மையில் ஒரு நிறுவனத்தின் தணிக்கையர் அல்லது அரசுத் தணிக்கையர் என்ன செய்திருக்க வேண்டும் என்பதைப் பார்க்கலாம்.

1. முதல் அணுகுமுறையில் தணிக்கையர் சரியாக ஆய்வு செய்யாது முடிவெடுத்திருக்கிறார். போர்வீரன் பறந்து சென்றதன் நோக்கம் நிறைவேறியதா என்பதை ஆய்வு செய்திருக்க வேண்டும்.

2. அவசர காலத்தில் மேற்கொள்ளப்பட்ட முடிவு சரியானது தானா என்பதையும், நிலைமையைச் சமாளிக்க வேறு வழிகள் இருந்ததா என்றும், பறக்கும் தகுதியுடையவர் வேறு யார் என்பதையும் ஆய்வு செய்திருக்க வேண்டும்.

3. பறந்து செல்வது முறையற்றதாக இருந்தாலும், அந்த நிகழ்ச்சிக்குப் பின்னர், அதை முறைப்படுத்த மேலிடத்திற்கு அதிகாரம் உள்ளதா என்பதையும் ஆய்வு செய்து, மேலிடத்தின் அனுமதியைப் பெற பரிந்துரைத்திருக்க வேண்டும்.

4. இரண்டாவது அணுகுமுறையில் அழுத்தத்திற்கும் கவனிப்பிற்கும் இடமளிக்காமல், உரிய மேலிட அனுமதியை அல்லது அவர்களின் விளக்கத்தைப் பெற்று முடிவு செய்திருக்க வேண்டும்

இந்த மூன்றாவது அணுகுமுறையைப் பின்பற்றும் தணிக்கையர்தான், தணிக்கைப் பணியைச் சரியாகச் செய்ததாகக் கருத முடியும்.

தணிக்கை அணுகுமுறை 4:
தணிக்கை அணுகுமுறை ஒன்று மற்றும் இரண்டில் சொல்லப்பட்ட நிகழ்ச்சிகளுக்கு, நமக்கு நாமே தணிக்கை அணுகுமுறையை எப்படிப் பின்பற்றியிருக்க வேண்டும் எனக் காண்போம்.

1. மூலிகைச் செடியைக் கொண்டுவருவதற்கு தான் மட்டுமே பொருத்தமானவரா என்பதையும்; மூலிகைச் செடியை எப்படிக் கண்டுபிடிப்பது என்பதையும் முதலிலேயே உறுதிப்படுத்தி இருக்க வேண்டும்.

2. மலையைத் தூக்கும் ஆற்றல் படைத்தவர், மயக்கமுற்றவர் களையும் மருத்துவரையும் மூலிகை உள்ள இடத்திற்குத் தூக்கிச் செல்ல முடியுமா (மருத்துவ உதவி விரைவில் கிடைக்குமல்லவா?) என்பதை விசாரித்துவிட்டு, அதன்படி செயல்பட்டிருக்க வேண்டும்.

3. பறப்பதற்குத் தகுதியில்லாத தன்னுடைய பயணச் செலவை எப்படி முறைப்படுத்துவது என்பதை எண்ணிப்பார்த்துத் தணிக்கைக்கு அனுப்பும் முன்பு, உரியவர்களின் அனுமதியையும் விளக்கத்தையும் பெற்றுத் தணிக்கைக்குத் தன்னைத் தானே உட்படுத்தி இருக்க வேண்டும்.

2. குடும்ப நிதிநிலைத் தணிக்கை

நீங்கள் எப்போதாவது உங்கள் செலவுகளைப் பகுப்பாய்வு செய்திருக்கிறீர்களா? எந்த வகை செலவு அதிகமாக இருக்கிறது என்று கணக்கிட்டிருக்கிறீர்களா? அது உங்கள் வருமானத்தில் அல்லது மொத்த செலவில் எத்தனை விழுக்காடு எனக் கணக்கிட்டதுண்டா? அந்த அளவு உங்களுக்கு ஏற்புடையதுதானா?

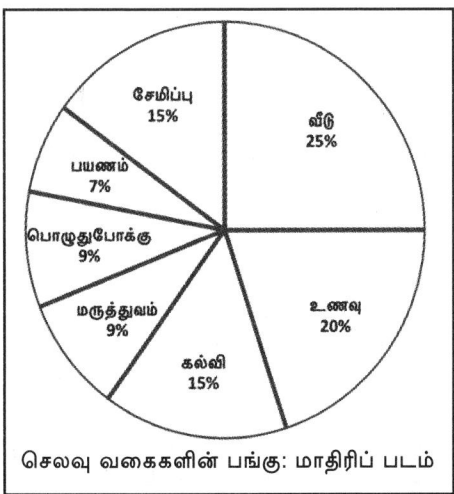

செலவு வகைகளின் பங்கு: மாதிரிப் படம்

தரவுகளின்படி ஒரு சராசரி இந்தியக் குடும்பத்தின் செலவில் பெரும்பகுதி உணவிற்காகவும் மருத்துவத்திற்காகவுமே செல்கின்றது. அடுத்ததாகக் கல்விக்குச் செலவாகின்றது. மின் கட்டணமும், பயணச் செலவுகளும் அதற்கு அடுத்த நிலையில் உள்ளன. பலர் செலவுகள் போக மிச்சம் உள்ள வருமானத்தையே சேமிக்கும் பழக்கம் கொண்டவர்களாக உள்ளனர். இது ஒவ்வொரு வருக்கும் மாறுபடும். நாம் செலவு செய்யும் தன்மையை முதலில் நன்கு புரிந்துகொள்ள வேண்டும்.

நம்முடைய செலவின வகைகளின் பங்கீட்டை, மாதிரிப் படத்தில் உள்ளபடி தொகுத்து, அவை மொத்த செலவுகளில்/ வருமானத்தில் எவ்வளவு விழுக்காடு எனப் பகுத்துக்கொண்டால் நம் செலவுகளைப் பற்றிய நல்ல புரிதல் உண்டாகும்.

தரவுகளின்படி ஒரு சராசரி இந்தியக் குடும்பம் மாதமொன்றுக்கு சுமார் ரூபாய் 15,000 செலவளிக்கிறது. சராசரி வருமானம் கொண்ட ஒருவர், தமது வருமானத்தில் குறைந்தபட்சம் 10-15 விழுக்காட்டைச் சேமிக்க வேண்டுமெனப் பொருளாதார நிபுணர்களும் குடும்ப நல

ஆலோசகர்களும் பரிந்துரைக்கின்றனர். ஆனால், இந்தியாவில் பெரும்பாலான குடும்பத்தினர் அதற்கும் மிகக் குறைவாகவே சேமிக்கின்றனர். பல குடும்பங்கள் சேமிக்கும் பழக்கம் இல்லாதவர்களாகவும், மேலும் சிலர், தமது அன்றாடத் தேவையைச் சந்திக்கக் கடன் வாங்கவேண்டிய சூழலிலும் இருக்கின்றனர்.

குடும்பத்தின் வரவு - செலவுகளைத் திறம்பட நிர்வகிப்பதன் மூலம் சேமிப்பை உயர்த்த முடியும். நிதி நிலைமையைச் சிறப்பாக மேலாண்மை செய்யத் தணிக்கை அணுகுமுறை பெரிதும் உதவும். அதற்கு அடிப்படைத் தேவையாக இருப்பது அவர்களின் நிதிநிலைத் திட்டமும் வரவு - செலவு கணக்கும்.

தேவைக்கு அதிகமாகவும், பெரும் சேமிப்பு கொண்டவர்களுக்கு, இந்த நிதிநிலைத் திட்டம் என்பது கட்டாயமில்லை என்றாலும், நிதிநிலைத் திட்டம் அவர்களுக்கு நிதி நிர்வாகத்தை மேம்படுத்த உதவும். ஆனால், நடுத்தர வர்க்கத்தினருக்கும் அடிமட்டத்திலிருந்து மேலெழுந்து பொருளாதாரத்தில் முன்னேறி வருபவர்களுக்கும் நிதிநிலைத் திட்டம் மிக முக்கியமானதாகும். அது செலவுகளைக் கட்டுப்படுத்துவதற்கும், கடன் வாங்குவதைத் தவிர்க்கவும் உதவும்.

நிதிநிலைத் திட்டம் (Budget) : முன் தணிக்கை

ஒவ்வொரு குடும்பத்திற்கும் பட்ஜெட் தயாரிப்பது மிக முக்கியம். ஆனால், கடனுக்குச் செய்யாமல், அதிக கவனத்துடன் செய்ய வேண்டும். பட்ஜெட் தயாரிப்பது முன்-தணிக்கையின் முக்கியப் பகுதி என்பதைக் கவனத்தில் கொள்ள வேண்டும்.

1. பட்ஜெட் என்பது ஒரு குறிப்பிட்ட காலத்திற்கான வருமானம் மற்றும் அந்தக் காலகட்டத்திற்கான செலவுகள் குறித்த திட்டமாகும். இந்தத் திட்டத்திற்கான காலகட்டத்தை, நமது தேவையைப் பொறுத்து ஒரு மாதமாகவோ, ஒரு காலாண்டாகவோ, அரையாண்டாகவோ அல்லது முழு ஆண்டாகவோ நிர்ணயித்துக் கொள்ளலாம். அதுவுமின்றி குடும்பத்தில் நடத்தும் நிகழ்ச்சியாகக் கூடக் கொள்ளலாம். அதாவது திருமண நிகழ்ச்சி, பிறந்தநாள் விழா, குடும்பத்துடனான இன்பச் சுற்றுலா என ஏதாவது ஒரு நிகழ்வாகவும் இருக்கலாம்.

2. அடுத்து, குறிப்பிட்ட காலகட்டத்திற்கான வருமானம் எவ்வளவு எனக் கணக்கிட வேண்டும். மாத ஊதியம் பெறுபவர்களுக்கு இதனைத் தெளிவாகக் கணக்கிட முடியும். அவர்கள், கூடுதலாக வேறு ஒரு மூலத்திலிருந்து வருமானம் பெறும் வாய்ப்பிருந்தால் அதனை மட்டும் சரியாகக் கணக்கிட்டால் போதும். ஆனால் தொழில் செய்வோரும், அன்றாட வேலையை நம்பி இருப்போரும் தங்களது வருமானத்தைக் கணக்கிடுவது சற்று கடினம். ஆயினும் அது சாத்தியமே!

3. வருமானத்தைக் கணக்கிடுவதைவிட செலவினத்தைத் திட்டமிடுவது மிகவும் கடினம். அதனால் மிக அதிக கவனம் தேவை. தனி நபரின் அனைத்து வகையான செலவினத்தையும் எண்ணிப்பார்த்துப் பட்டியலிட்டு, அதற்கு ஒதுக்க முடிந்த பணத்தைக் கணிக்க வேண்டும். கூடியமட்டும் இதைத் துல்லியமாகக் கணிப்பது பயனுள்ளதாக இருக்கும். குடும்பத்தின் நிதிநிலைத் திட்டம் என்றால், குடும்ப உறுப்பினர்கள் ஒவ்வொருவரின் தேவையையும், குடும்பத்திற்குப் பொதுவாகத் தேவைப்படும் செலவினங்களையும் கணித்துப் பட்டியலிட வேண்டும்.

ஆடம்பரச் செலவுகளும் அவசியச் செலவுகளும்

ஒரு சிறு நகரத்திலிருந்த நடுத்தர குடும்பத்தைச் சேர்ந்த இளைஞன் ஒருவன், மாநகர் ஒன்றிலிருந்த பன்னாட்டு நிறுவனத்தில் வேலைக்குச் சேர்ந்தான். புதிய இடம்; கை நிறைய சம்பளம். வீட்டிற்குப் பணம் அனுப்பவேண்டிய தேவையில்லை. அதை சாதகமாக்கிக்கொண்டு ஆடம்பரமாகவும் கட்டுப்பாடு இன்றியும் செலவு செய்தான். மாத சம்பளம் முழுவதும் மாதம் முடிவதற்கு முன்னரே கரைந்துபோனது.

ஆறு மாதத்திற்குப் பின்னர் மோட்டார் பைக் வாங்குவதற்காக, அப்பாவிடம் பணம் கேட்டான். "அதுவரை வாங்கிய சம்பளம் என்ன ஆனது" எனக் கேட்டார் அப்பா. "செலவளித்துவிட்டேன்" என்றான் மகன். அப்பா சொன்னார், "உன்னைவிட குறைந்த வருமானம் ஈட்டும் என்னால், இத்தனை வருடம் ஒரு குடும்பத்தையே நடத்த முடிந்தது. ஆனால் கூடுதல் வருமானம் கொண்ட நீ, உன் செலவுகளைக்கூட சமாளிக்க முடியவில்லை. அதற்குக் காரணம் உன் விருப்பம்போல செலவு செய்கிறாய். பட்ஜெட் போட்டு நல்ல திட்டமிட்டு செலவு செய்தால், தேவையில்லாத செலவுகளைத் தவிர்க்கலாம்; நீயே சேமிக்கலாம். மோட்டார் பைக் மட்டுமில்லை; காரும் வீடும் வாங்க முடியும்".

அடுத்த ஆறு மாதத்தில் விலை உயர்ந்த மோட்டார் பைக் ஒன்றை முழுப் பணம் செலுத்தி வாங்கினான். அடுத்த தேவைக்காகத் திட்டமிட்டு தொடர்ந்து சேமிக்கத் தொடங்கினான்.

4. வரவினங்களையும் செலவினங்களையும் கணித்த உடன் அதனை ஒரு அட்டவணை வடிவில் திட்டமாகத் தொகுத்துக் கொள்ள வேண்டும். வருமானம் மற்றும் செலவினம் எவ்வளவாக இருப்பினும் இந்தத் திட்டம் மிக உதவிகரமாக இருக்கும். குறிப்பாக வருமானம் குறைவாக உள்ளவர்களுக்கும், பற்றாக் குறையாக இருப்பவர்களுக்கும் இது மிகவும் பயனுள்ளதாக இருக்கும். நிதிநிலைத் திட்டத்திற்கான மாதிரி அட்டவணை அடுத்து கொடுக்கப்பட்டுள்ளது.

குடும்ப/தனி நபர் பட்ஜெட்

வரிசை எண்	வரவு/செலவு விவரம்	தற்போதைய கால ஒதுக்கீடு	முந்தைய கால நடப்பு விவரம்
	வருமானம்		
1	குடும்ப உறுப்பினர்களின் ஊதியம்		
2	கூடுதல்/சிறப்பு ஊதியம்		
3	வீடு/கட்டட வாடகை வருவாய்		
4	இரண்டாம் தொழிலிருந்து வருவாய்		
5	வங்கி/சிறு சேமிப்பு வட்டி வருவாய்		
6	முதலீடுகளிலிருந்து வருவாய்		
7	அன்பளிப்புகள்/பணப் பரிசுகள்		
8	பிற மூலங்களிலிருந்து வருவாய்		
	மொத்த வருமானம்		
	செலவுகள்		
1	வீட்டு வாடகை/ வீடு ஈ.எம்.ஐ (EMI).		
2	வாகன ஈ.எம்.ஐ (EMI), இதரச் செலவுகள்		
3	வீட்டு மின் கட்டணம்		
4	தொலைபேசி/அலைபேசிக் கட்டணம்		
5	வீடு பரமரிப்புச் செலவுகள்		
6	உணவுத் தேவைச் செலவுகள்		
7	காப்பீடு		
8	மருத்துவச் செலவுகள்		
9	கல்விச் செலவுகள்		
10	பொழுதுபோக்குச் செலவுகள்		
11	ஆடைகள்		
12	அன்பளிப்புகள்/பணப் பரிசுகள்		
13	சிறப்பு நிகழ்ச்சிச் செலவுகள்		
14	உறவு/சமூகக் கடமை சார் செலவுகள்		
15	இதர செலவுகள்		
	மொத்தச் செலவுகள்		

5. வரவு செலவினங்களைச் சரியாகக் கணித்துத் திட்டமிடும் வழி முறைகளை அறியும் முன்னர், மேற்கண்ட பட்டியலில் இடம் பெறாத சில வரவு - செலவினங்கள் குறித்து அறிந்துகொள்ள வேண்டும்.

6. ஒரு குறிப்பிட்ட காலகட்டத்திற்குரிய நிதிநிலைத் திட்டம் தயாரிக்க, அதன் முந்தைய காலத்தில் செய்த வரவு மற்றும் செலவு குறித்த விவரங்கள் தேவை. இது கடந்த காலத்தை ஒப்பிடுகையில், தற்போது ஏற்பட்டுள்ள (அதிகரித்தல்/குறைதல்) மாற்றத்தை அறிந்து கொள்ள உதவுவதோடு, தணிக்கைக்கு ஒரு அளவுகோலாகவும் பயன்படும்.

சேமிப்புகள்

இந்த அட்டவணையில் சேமிப்பு குறித்த செலவினம் இடம்பெற வில்லை. ஏனென்றால் அதனைச் செலவினமாகக் கருதுவதைவிட முதலீடாகக் கருவது சிறந்தது. பொதுவாகக் குடும்ப நிதி மேலாண்மையைப் பொறுத்தவரை, சேமிப்புதான் முதல் செலவினமாக இருக்க வேண்டும். அது வங்கி களிலும் சிறு சேமிப்புகளிலும் செலுத்தும் திட்டமிட்ட முதலீடாக இருக்கலாம். அல்லது பங்குச் சந்தை அல்லது வேறு சொத்து சார்ந்த முதலீடாக இருக்கலாம். மீண்டும் வலியுறுத்திக் கூறுவதென்றால், **சேமிப்பு என்பது 'செலவு போக மீதமுள்ள வருமானத்திலிருந்து' என இல்லாமல், 'முதல் செலவினமாக' இருக்க வேண்டும்; முதலீடு சேமிப்பிலிருந்தோ கூடுதல் வருமானத்திலிருந்தோ மேற்கொள்ள வேண்டும்.**

> **சேமிப்பா? செலவா?**
>
> *விளம்பரங்கள் சொல்லும் சேமிப்புகள் உண்மையில் சேமிப்புகள் அல்ல; செலவுகள் தான். சில நேரங்களில் பண விரயம்தான்.*
>
> **உண்மையாக வங்கியில் உங்கள் சேமிப்புக் கணக்கில் இருக்கும் பணத்தை எடுத்துச் செலவு செய்து, அந்தச் செலவில் 5/10 விழுக்காடு சேமிப்பு எனக் கருதுவது எப்படி சேமிப்பாகும்? அதைச் செலவென்றும் வீணென்றும் சொல்லாது வேறென்ன சொல்வது?**

கடன் பெறுதல்

கடன் அடிப்படையிலான வருவாயும் மேலுள்ள அட்டவணையில் இடம்பெறவில்லை. ஏனென்றால், குடும்ப நிதிநிலையைப் பொறுத்தவரை அதனை ஒரு அடிப்படை வருவாய் இனமாகக் கருத முடியாது. அது ஒரு தொடர் நிகழ்வாகவும் இருக்க முடியாது. அப்படி இருந்தால் அதிக இடர்களே உண்டாகும். நிறுவனங்களில் வளர்ச்சி நோக்கில் கடன் வாங்குவது இயல்பானது. குடும்பங்களைப்

பொறுத்தவரையில் புதிய மற்றும் அவசியமான சொத்துக்களை வாங்குவதற்குக் கடன் வாங்குவது ஏற்புடையதே! ஆனால் அன்றாடத் தேவைக்காகச் செலவின நோக்கில் கடன் வாங்குவதை முற்றிலும் தவிர்க்க வேண்டும்; தவிர்க்க முடியாத சூழலில் குறைந்த அளவில் கடன் வாங்கலாம். அதுவும் திருப்பிச் செலுத்தும் திறனின் அடிப்படையிலேயே வாங்க வேண்டும்.

வரவுகளைக் கணித்தல்

வரவுகளைக் கணித்துத் திட்டமிடுவதற்குரிய அடிப்படைக் கூறுகளைக் காணலாம்.

1. நிச்சயமாகக் கிடைக்கக்கூடிய வருவாய் இனத்தைக் குறித்துக் கொள்ளலாம்.

2. உறுதி செய்யப்பட்ட வருவாயின் அடிப்படையிலேயே அவற்றைக் கணிக்க வேண்டும். (உறுதி செய்யப் படவில்லை எனில் குறைந்தபட்ச அளவு)

3. வருமானம் கிட்டாமல் போவதற்கும், தாமதமாவதற்கும் உள்ள வாய்ப்புகளைக் கருத்தில் கொண்டே மொத்த வருவாயைக் கணக்கிட வேண்டும்.

4. வருமானம் ஈட்டுகையில் செலுத்தவேண்டிய கட்டணங்கள், வரிகள் மற்றும் இதர பிடித்தங்களைக் கழித்துவிட்டுக் கணக்கிட வேண்டும்.

5. முந்தைய காலகட்டத்திற்கான வருவாய் ஏதேனும் வரவேண்டி யிருக்கிறதா, அது வருவதற்கு வாய்ப்பு உள்ளதா எனக் கணக்கிட வேண்டும்.

6. அன்றாடத் தொழில் முறையில் கிட்டவேண்டிய வருவாய் சரியாகக் கணக்கிடப்பட்டதா என்றும், அது முழுமையாகக் கிட்டுமா என்பது குறித்தும் உறுதிப்படுத்திக்கொள்ள வேண்டும்.

7. வரவினங்களுக்குள், குறிப்பிட்ட வருவாய் கிட்டுவதற்கு ஏதேனும் நிபந்தனைகள் உண்டா என்றும், அவ்வாறு நிபந்தனைகள்

உண்டெனில், அவற்றைப் பூர்த்திசெய்கிறோமா என்பதை உறுதிப்படுத்திக்கொள்ள வேண்டும்.

8. வருமான இழப்பு அல்லது ஏதேனும் ஒரு குறிப்பிட்ட வருமானம் கிட்டாமல் போவதற்கு வாய்ப்புகள் உண்டா என்பதையும் கணக்கில் கொள்ள வேண்டும்.

9. பிற மூலங்களிலிருந்து கிட்டும் வருவாய் நமக்குரியது/சரியானது என்பதை உறுதிப்படுத்த வேண்டும்.

10. கடைசியாக, வரவினங்கள் யாவும் சட்டத்திற்கு உட்பட்டதா என்பதை உறுதிப்படுத்திக்கொள்ள வேண்டும். எல்லோருக்குமான தணிக்கை அணுகுமுறை சட்டத்திற்குப் புறம்பான வருவாய்க்குப் பொருந்தாது.

வருவாயைக் கணக்கிடும்போது, அது நம்மை வந்தடையும் காலகட்டத்தையும் கருத்தில் கொள்ள வேண்டும். நமது செலவினங்களுக்குத் தேவைப்படும் காலத்திற்குள், குறிப்பிட்ட வருவாய் வந்து சேருமா எனக் கணிக்க வேண்டும். அதாவது, பணச் சுழற்சி (Flow of money) சரியாக இருக்குமா என்பதே அடிப்படை.

செலவுகளைத் தீர்மானித்தல்

வரவினங்களைக் கணித்தது போலவே செலவினங்களுக்கான திட்டமிடலைக் குறிப்பிட்ட விதிகளுக்கு உட்பட்டு மேற்கொள்ள வேண்டும். ஒரு சிறந்த செலவினத் திட்டம் கீழ்க்கண்ட அனைத்துக் கூறுகளையும் கொண்டிருக்க வேண்டும்.

1. கட்டாயமாகச் செய்ய வேண்டிய செலவு களுக்கு முன்னுரிமை கொடுக்க வேண்டும். குறிப்பாக வீடு, கல்வி, அரசிற்குச் செலுத்த வேண்டிய வரிகள் மற்றும் அன்றாடத் தேவைகள் தொடர் பான செலவினங் களுக்கு கட்டாயம் முன்னுரிமை கொடுக்க வேண்டும்.

2. செலவினத் தொகையைத் துல்லியமாகக் கணிக்கவல்லவற்றைச் சரியாகக் கணிக்க வேண்டும்.

3. துல்லியமாகக் கணிக்க முடியாத செலவினங்களை அதிகபட்ச அளவில் மதிப்பீடு செய்ய வேண்டும். அது செலவு செய்யும் போது போதுமான நெகிழ்வுத் தன்மையைத் (Flexibility) தரும்.

4. துல்லியமாகக் கணக்கிட முடியாத, (வழக்கமான) செலவினங்களை முந்தைய காலகட்டத்தில் செய்த செலவுகளின் அடிப்படையில் நிர்ணயிக்கலாம். அவற்றின் அதிகபட்ச அளவிலோ அல்லது சராசரி அளவிலோ நிர்ணயிக்கலாம்.

5. பட்ஜெட் தயாரித்த காலத்திற்கும் செயல்படுத்தும் காலத்திற்கும் அதிக இடைவெளி இருந்தால், அப்போது விலைவாசி உயர வாய்ப்பு உள்ளது. அதனைக் கருத்தில் கொண்டு செலவுகளை நிர்ணயிக்க வேண்டும்.

6. குடும்ப நபர்கள் யாருக்கேனும் தனிப்பட்ட செலவினங்கள் உள்ளனவா, அவை கட்டாயமாகச் செய்யப்பட வேண்டியவையா என்பதை அறிந்து அவற்றிற்கேற்ப நிதி ஒதுக்கீடு செய்ய வேண்டும்.

7. சில செலவினங்கள் தவிர்க்கக்கூடியவையாக இருக்கலாம். அவற்றை இனங்கண்டு தவிர்த்துவிடுதல் நலம். அல்லது அவற்றைக் குறைந்தபட்ச அளவில் நிர்ணயித்துக்கொள்ளலாம்.

8. பிறந்தநாள் போன்ற சிறப்பு நிகழ்ச்சிகளுக்கான செலவுகள், குறிப்பாக, கொண்டாட்டங்களுக்கான செலவினங்களையும் சரியாகக் கணிக்க வேண்டும். பெரும்பாலான சூழல்களில், இத்தகு செலவினங்கள் கட்டுக்கடங்காமல் அதிகரிப்பதற்கும், திட்டமிடல் தவறாகப் போவதற்கும் வாய்ப்புகள் உண்டு. ஆதலால் கூடுதல் கவனம் தேவை.

9. எதிர்பாராத இழப்புகள் மற்றும் அவசர மருத்துவ சிகிச்சைக்கெனப் பணம் தேவைப்படலாம். அதனை எதிர்கொள்ளக் காப்பீடு செய்திருந்தால், பெருந்தொகை தேவைப்படுவதைக் குறைக்கலாம் அல்லது தவிர்க்கலாம்.

தம்பதிகளுக்குள் சண்டை

அவர்கள் புதிதாகத் திருமணமான தம்பதிகள். இருவரும் சம்பாதித்தார்கள். பட்ஜெட் போட்டு செலவு செய்தார்கள். ஆனாலும் செலவுகள் தொடர்பாக இருவரும் அடிக்கடி சண்டை போட்டனர். அதற்குக் காரணம் திட்டமிட்டபடி மாதாமாதம் சேமிக்க முடியாமல் போனதுதான். வாடகை வீட்டில் குடி இருந்த அவர்கள், சொந்த வீடு வாங்குவதற்கென்று மாதாமாதம் ஒரு குறிப்பிட்ட தொகையை சேமிக்க முடிவு செய்திருந்தனர். ஆனால், என்னதான் திட்டமிட்டு செயல்பட்டாலும், அவர்களால் திட்டமிட்ட படி சேமிக்க முடியவில்லை. அதனாலேயே இருவருக்குமிடையே சண்டை தொடங்கி, வளர்ந்துகொண்டே இருந்தது.

அதற்கு ஒரு முடிவு கட்ட, ஒரு விடுமுறை நாளில் இருவரும் கலந்துரையாடலாம் என முடிவு செய்தனர். ஆனால் அப்போதும் ஒருவர் மீது ஒருவர் குற்றம் சுமத்தியதால் சண்டை தொடர்ந்தது. ஆனால் நீண்ட சண்டைக்குப் பின்னர், ஒரு முடிவிற்கு வந்தனர். கட்டாயமாகச் செய்யவேண்டிய செலவுகளைத் தவிர, மற்ற செலவினங்களை அவற்றின் முக்கியத்துவத்தின் அடிப்படையில் வரிசைப்படுத்த முடிவு செய்தனர். கடைசியில் வரும் சில செலவினங்களைத் தவிர்ப்பதென்றும், மற்ற செலவுகளில் சிறிதளவேனும் குறைப்பதென்றும் முடிவு செய்தனர். அதனையே முழுமையாகப் பின்பற்றத் தொடங்கினர்.

10. ஒவ்வொருவரும் சமூகம் சார்பான மற்றும் உறவுகளைப் பேணுவதற்கான செலவுகள், பிறர் திருமண நிகழ்ச்சிகள், உறவினர் மரணம் தொடர்பான பயணங்கள் முதலியவற்றைக் கட்டாயம் செய்ய வேண்டும். அதற்கென்று குறிப்பிட்ட தொகையை ஒதுக்கி வைக்க வேண்டும். அது எப்போது தேவைப்படும் என்று கணிக்க இயலாது.

11. எதிர்பாராத மற்றும் அவசரச் செலவுகளுக்கென ஒரு குறிப்பிட்ட தொகையை ஒதுக்க வேண்டும். செலவு செய்யாவிட்டால் அதை சேமிப்பாகக் கொள்ளலாம்.

அதன் விளைவாக, இருவருக்குமிடையே சண்டை குறைந்தது. கனவு இல்லத்தை நோக்கி நகர்ந்தனர்.

செலவினங்களுக்கான காலத்தைத் தெளிவாகப் புரிந்துகொள்ள வேண்டும். ஈ.எம்.ஐ, (EMI) மின் கட்டணம் மற்றும் கல்விக் கட்டணம்

போன்றவை குறித்த காலத்தில் செலுத்தும் வகையில் பணச் சுழற்சியை உறுதிசெய்ய வேண்டும். இல்லையெனில் அபராதம் மற்றும் கூடுதல் கட்டணம் எனப் பணத்தை வீணாக்க நேரிடலாம்.

மேலே கூறிய வரவு மற்றும் செலவு வகைகளைக் கணக்கிட்ட பின்னர், அவற்றை அட்டவணையில் உள்ளது போல் குறித்து வைத்துக் கொள்வது முக்கியம். கூடுதலாக, வரவு-செலவு திட்டத்தைச் செயல்படுத்தவல்ல முக்கியமான செயல்முறைகளைக் குறித்து வைக்க வேண்டும். சான்றாக, குடும்பத்தின் அன்றாடத் தேவைகளுக்கான செலவு எவ்வாறு கணிக்கப்பட்டது/திட்டமிடப்பட்டது என்பதை விரிவாகக் குறித்து வைப்பது உதவிகரமாக இருக்கும். அதே போல் அனைத்து வகை செலவினங்களைக் கணித்ததற்கான வழி முறைகளைப் பதிந்து வைக்க வேண்டும். அது செலவுகளைச் சரியாகச் செய்ய உதவும்.

கடந்த காலத்திற்குச் செல்வோம்	நிகழ்காலத்தில் நிதிநிலைத் திட்டம் தயாரித்தல்	எதிர்காலத்திற்குச் செல்வோம்
முன்பு செய்த செலவுத் தொகை, முன்பு செய்யத் தவறிய செலவு, நிகழ்ச்சி நடத்தியதில் செய்த தவறுகளைத் திருத்தும் செலவு, வீணடிக்கப்பட்ட செலவுகள்.	வரவுக்கும் செலவிற்குமான சமநிலை, தற்காலத்தில் சேமிப்பதற்கான வாய்ப்பு, முந்தைய கடன்களைச் திரும்பச் செலுத்த வேண்டிய கட்டாயம்.	புதிய வருமானத்திற்கான வாய்ப்புகள், கூடுதலாகத் தேவைப்படும் செலவு, புதிய நிகழ்ச்சிகளுக்கான திட்டங்கள், விலைவாசி உயர்வின் தாக்கம்.

நிதிநிலைத் திட்டத்தில் வரவு - செலவுகளைப் பதிவிடும்போது, கடந்த காலத்தில் (கடந்த ஆண்டு, அரையாண்டு, மாதம்) அதே இனத்தில் ஈட்டிய உண்மையான வருவாயையும் - அதே இனத்தில் செய்த உண்மையான செலவையும் பதிவுசெய்வது மிக உதவிகரமாக இருக்கும். அதாவது, வருமானத்தில் ஏற்படும் மாற்றத்தைக் கருத்தில் கொண்டு செலவின் அளவைச் சரிசெய்ய முடியும். தேவையில்லாத செலவினங்களைத் தவிர்க்கவும், குறைக்கவும் முடியும். அது கடன் வாங்கும் சூழ்நிலையைத் தவிர்க்க உதவும்.

ஒரு முழுமையான நிதிநிலைத் திட்டம் தயாரானதும், வரவுகள் அதன்படி இருப்பதை உறுதி செய்துகொள்ள வேண்டும். செலவினங்களை அந்தத் திட்டமிட்ட அளவிற்குள் மட்டுப்படுத்த வேண்டும். அனைத்தையும் குறித்து வைக்க வேண்டும்.

குடும்ப நிதிநிலை அறிக்கையைத் தணிக்கை செய்தல்: பின் தணிக்கை

நிதிநிலைத் திட்ட அறிக்கை தயாரித்து அதனைச் செயல்படுத்தி, அந்தத் திட்ட காலம் முடிந்த பின்னர் தணிக்கை செய்ய முடியும். திட்டமிட்டதற்கு எதிராக உண்மையில் கிட்டிய வரவையும், செய்த செலவையும் குறித்து வைத்துக்கொள்ள வேண்டும். அதற்கு முன்னர் காட்டிய அட்டவணையைச் சற்று மாறுதலுடன் பயன்படுத்தலாம்.

குடும்ப/தனி நபர் நிதிநிலை அறிக்கை			
வரிசை எண்	வரவு/செலவு விவரம்	திட்டமிடப்பட்ட தொகை	வரவு-செலவு நடப்பு விவரம்
வருமானம்			
1			
2			
	மொத்த வருமானம்		
செலவுகள்			
1			
2			
	மொத்தச் செலவு		

மேலுள்ள அட்டவணையில் தடித்துக் கட்டமிட்டு காட்டப்பட்டுள்ள பகுதியைக் குடும்ப பட்ஜெட் அறிக்கையில் உள்ள அதே பகுதியோடு ஒப்பிட்டுப் பாருங்கள். அந்த அட்டவணையில் தற்போதைய கால ஒதுக்கீடும், முந்தைய கால நடப்பு விவரமும் இடம்பெற்றிருக்கும். ஆனால், மேலுள்ள நிதிநிலை அறிக்கையில் தற்போதைய கால கட்டத்திற்கென திட்டமிடப்பட்ட தொகையும், அதற்கெதிராக உண்மையான நடப்பு விவரத் தொகையையும் குறிப்பிட வேண்டும். இந்த நிலையில் நமக்கு மூன்று ஒப்பீட்டளவுகள் கிடைக்கின்றன.

1. கடந்த கால உண்மை/நடப்புத் தொகையைத் தற்போதைய பட்ஜெட் தொகையுடன் ஒப்பிடுதல்
2. தற்போதைய பட்ஜெட் தொகையைத் தற்போது உண்மை/ நடப்புத் தொகையோடு ஒப்பிடுதல்
3. கடந்த காலம் உண்மை/நடப்புத் தொகையை தற்போதைய உண்மை/நடப்புத் தொகையோடு ஒப்பிடுதல்

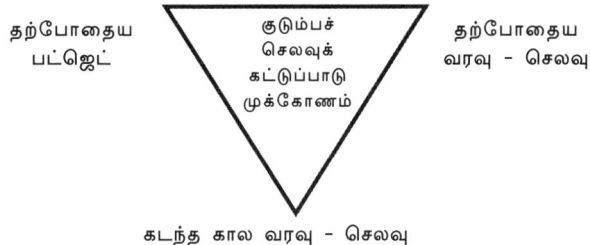

மேற்கூறிய மூன்று ஒப்பீட்டளவுகளைக் கொண்டுதான் தணிக்கை செய்யப்போகின்றோம். ஒப்பீடு செய்து தக்க முடிவுகளை மேற் கொள்வதற்கு முன்னர், வரவு - செலவு குறித்த நடப்பு விவரம் குறித்துப் பதிவுசெய்த தொகைகள் சரியானதா என்பதை உறுதி செய்துகொள்ள வேண்டும். அதற்குத் தேவையான சான்றுகளையும் ஆவணங்களைச் சேகரித்துக்கொள்ள வேண்டும். சான்றுகள்/ ஆவணங்கள் இல்லையெனில் வேறு விதத்தில், நிதிநிலை அறிக்கையில் பதிவுசெய்யப்பட்ட தொகைகள் சரியானதுதான் என்பதை உறுதி செய்துகொள்ள வேண்டும்.

பட்ஜெட் தயாரிக்கப்பட்ட நிலையில், அடுத்த கட்டமாகத் தணிக்கைப் பணியை மேற்கொள்ள வேண்டும். அவ்வாறு தணிக்கை செய்யும்போது பின்பற்றவேண்டிய நடவடிக்கைகள் குறித்தும், கவனத்தில் கொள்ளவேண்டிய நடவடிக்கைகள் குறித்தும் அறிந்திருப்பது இன்றியமையாதது.

தணிக்கையில் பின்பற்றவேண்டிய அணுகுமுறைகள்

1. குறிப்பிட்ட காலத்தில் செய்த செலவு, அந்தக் காலகட்டத்தில் ஈட்டிய வருமானத்தைவிட குறைவாக இருந்ததா என்பதை உறுதி செய்துகொள்ள வேண்டும். கூடுதலாக இருந்ததெனில், எவ்வளவு கூடுதலாக இருந்தது, அதை எப்படிச் சரிசெய்ய முடிந்தது என ஆராய வேண்டும்.
2. குடும்ப பட்ஜெடில் முடிவு செய்யப்பட்ட செலவினங்களில், ஏதாவது ஒன்றையோ சிலவற்றையோ, பணப் பற்றாக்குறை

காரணமாகத் தவிர்க்க நேர்ந்ததா என ஆராய வேண்டும். அப்படித் தவிர்க்க நேர்ந்தால், அவை என்ன செலவினங்கள் என்றும், அதனால் ஏற்பட்ட/ஏற்படும் விளைவுகளையும் ஆராய வேண்டும்.

3. திட்டமிட்டபடி வருமானம் கிட்டியதா அல்லது அதைவிட குறைவாக இருந்ததா எனக் கணக்கிட வேண்டும். குறைவாக இருந்ததெனில் எந்த வகை வருமானம் குறைந்தது? ஏன் குறைவாக இருந்தது? அதனை ஈடுகட்ட மாற்று வருமானம் இருந்ததா? என்பதை ஆராய வேண்டும்.

4. வருமானங்கள் யாவும் பணச்சுழற்சிக்குத் (செலவிற்குத்) தேவையான காலத்தில் கிட்டியதா என்பதை உறுதி செய்து கொள்ள வேண்டும்.

5. முன்னர் குறிப்பிட்ட மூன்று வகை ஒப்பீட்டளவுகளை ஆய்வு செய்து, ஒவ்வொன்றிலும் இருக்கும் இடைவெளியைக் குறித்துக் கொள்ள வேண்டும்.

6. ஒப்பீட்டு அளவில் வேறுபாடு உள்ளவற்றில் அதிக இடைவெளி இருக்கும் வரவு - செலவினங்களைக் குறித்துக்கொள்ள வேண்டும்.

7. அவ்வாறு குறிப்பிட்ட அளவிற்கு மேல் இடைவெளி உள்ள செலவுகளில் அதற்கான காரணங்களைக் கண்டறிந்து குறித்துக் கொள்ள வேண்டும்.

8. அடுத்து, அந்தக் காரணங்களைத் தவிர்த்திருக்க முடியுமா என்றும், அவை தனது தவறாலோ கவனக் குறைவாலோ ஏற்பட்டதா அல்லது சூழ்நிலை மாற்றத்தால் ஏற்பட்டதா என்பது குறித்து ஆய்வு செய்ய வேண்டும்.

9. எதிர்காலத்தில் இத்தகு இடைவெளி ஏற்படுவதைத் தடுக்க என்ன செய்ய வேண்டும்; (அ) தனது தவறால் நிகழ்ந்திருந்தால் அதை எப்படிச் சரிசெய்வது; (ஆ) சூழ்நிலை மாற்றத்தால் நிகழ்ந்திருந்தால் அதைச் சமாளிப்பது எப்படி என்பன போன்ற வினாக்களுக்கு விடை காண வேண்டும்.

10. பெரிய அளவிலான திட்டமிடாத செலவுகள் ஏதும் செய்தோமா; அது இதர செலவுகளுக்கு ஒதுக்கப்பட்ட தொகையைவிட கூடுதலாக ஆனதா; அவற்றைத் தவிர்த்திருக்க முடியுமா என்பன போன்ற கேள்விகளுக்கு விடை காண வேண்டும்.

மேற்கண்ட பொதுத் தணிக்கைக் குறிப்புகளுடன், சில குறிப்பிட்ட வரவு - செலவு இனங்களுக்குச் சிறப்புத் தணிக்கை அணுகுமுறையைப் பின்பற்ற வேண்டும்.

அம்மா கொடுத்த தணிக்கை விளக்கம்

“அம்மா, இந்த மாசக் கணக்கு சரியாக மாட்டேங்குதும்மா. வந்து என்னன்னு பாரும்மா” என்று அம்மாவை அழைத்தான் மகன். “உனக்கு என்னடா பிரச்சனை? அப்போதிலிருந்து கத்திக்கிட்டே இருக்கிறாய்” என்ற கேட்டபடி வந்தார் அம்மா. “இந்த மாசக் கணக்கில் வரவை விட செலவு அதிகமாக இருக்கிறது. அதான் எப்படின்னு புரியவில்லை” என்றான். “ஏதாவது விடுபட்டுப் போயிருக்கும். நல்லாப் பாரு” என்றார் அம்மா. “வரவு எல்லாம் சரியாத்தான் இருக்கு. செலவுதான் தப்பா இருக்கு. ஏதோ செலவை அதிகமாக் கணக்கெழுதி இருக்கேன்; இல்லைன்னா செய்யாத செலவை எழுதி இருக்கேன். அதைத்தான் சரிபார்க்கணும்” என்றான் மகன்.

செலவுக் கணக்கை சரிபார்த்த பின், “செலவு எல்லாம் சரியாகத்தான் இருக்கு. நீ தான் வருமானத்தைத் தப்பா எழுதி இருக்கிறாய்” என்றார் அம்மா. “நானா தப்பா எழுதி இருக்கேன். பேங்க் கேஷியரே வருமானத்தைத் தப்பா எழுதி இருக்கேன்னு சொல்றீங்களா? என்றான், கோவமாக. “எனக்கு வங்கியில் இருக்கும் சேமிப்புக் கணக்கு பற்றி உனக்குத் தெரியும். ஆனால் அம்மாவின் சேமிப்புக் கணக்கு தெரியாது” என்றார். “அது என்ன அம்மா சேமிப்புக் கணக்கு?” என்றான் மகன். “கடுகு டப்பாவில் சேமிக்கும் சிறுவாட்டுக் கணக்கு. அதைச் செலவுக்கு எடுத்துக்கிட்டேன். அதை நீ வருமானத்தில் எழுதவில்லை” என்றார் அம்மா

இந்த வீட்டுக்காரங்க
தொல்லை தாங்க
முடியலப்பா...

வீட்டு வாடகை: வீட்டு வாடகையைக் கணக்கிடும்போது ஒப்பந்தப்படியான வாடகை உயர்வு மற்றும் அதன் அடிப்படை பராமரிப்புச் செலவுகளையும் கணக்கில் கொள்ள வேண்டும். வாடகைக் காலத்தில் வீட்டில் ஏதேனும் சேதாரம் ஏற்பட்டிருந்தால் (Damages), அதைச் சரிப்படுத்துவதற்கான செலவைச் சரிக்கட்டுவதற்கென குறிப்பிட்ட தொகையை ஒதுக்கீடு செய்து, தனியாகச் சேமிப்பில் வைக்க வேண்டும். அது வீட்டைக் காலி செய்கையில் உதவும்.

மின்சாரம் மற்றும் தொலைபேசிக் கட்டணங்கள்: மின்சாரக் கட்டணம் பருவ காலச் சூழ் நிலையைப் (Seasonal) பொறுத்து மாறும். மின் கட்டணங்கள் பயன்பாட்டு அடுக்கு முறையில் இருக்கும். மேல் அடுக்கிற்குச் செல்லும்போது (ஒரு அலகு) கட்டணமும் (Unit rate) உயரும். மின்சாரப் பயன்பாடு உயர் அடுக்கிற்குச் செல்லாமல் கட்டுப்படுத்தப்பட்டதா என் பதைக் கவனித்துப் பார்க்க வேண்டும். மாறாக, தொலை பேசிக் கட்டணம் அதிகம் பயன் படுத்தும்போது

ஒரு நிமிடப் பயன்பாட்டிற்கான (Per minute usage) கட்டணம் குறையும். அதனை எட்டும் வகையில் அதிகம் பயன்படுத்தாமல், தேவைக்கேற்ற குறைந்த அளவில் (Minimum usage) பயன்படுத்தப் பட்டதா என்றும் தேவையான தரவுகள் மட்டும் பதிவிறக்கம் செய்யப் பட்டதா என்பதையும் உறுதி செய்ய வேண்டும். மேற்கண்டவை பொதுவான விதிமுறைகள். நாம் பயன்படுத்தும் நிறுவனத்தின் சேவைக்கான விதிகளின்படி முடிவெடுக்க வேண்டும்.

வீடு பராமரிப்பு மற்றும் உணவுப் பொருட்கள் செலவுகள்: வீடு பராமரிப்பு மற்றும் உணவிற்கான பொருட்களைச் சிக்கனமாக - குறைந்த விலையில் கிடைக்கும் இடங்களில் வாங்குகிறோமா என்பதை உறுதி செய்ய வேண்டும். பெரிய கடைகளிலும் ஆடம்பரமான கடைகளிலும் விலை கூடுதலாக இருக்கும் என்பதையும் குறித்துக்கொள்ள வேண்டும். வெளி உணவகங்களில்  சாப்பிடுவதைத் தவிர்த்திருக்க முடியுமா என்பதையும் குறித்துக்கொள்ள வேண்டும். தேவையான பொருட்கள் மட்டும் வாங்கப்பட்டனவா எனவும் உறுதி செய்து கொள்ள வேண்டும்.

சிறப்பு நிகழ்ச்சிச் செலவுகள்: நிகழ்ச்சிகளைச் சிறப்பாக நடத்துவதற்கும், பெருமைக்காகவும் ஆடம்பரத்திற்காகவும் நடத்து வதற்கும் வேறுபாடு உண்டு. குறைந்த செலவில் சரியான திட்டமிடலுடன் சிறப்பாக நடந்ததா என்பதை ஆராய்ந்து பார்த்துக் குறித்துக்கொள்ள வேண்டும். நிகழ்ச்சியின் தரத்தைப் பாதிக்காமல், பெருமளவு சேமிப்பை / சிக்கனத்தைத் தரக்கூடிய செயல்கள் பின்பற்றப்பட்டதா என்பதைக் கவனித்துக் குறித்துக்கொள்ள வேண்டும்.

பொழுதுபோக்குச் செலவுகள்: இவை குடும்ப உறுப்பினர்களின் மனமகிழ்விற்காகச் செய்யப்படுபவை. அதனுடைய விளைவுகளைப் பணத்தின் அளவு கொண்டு மதிப்பிட முடியாது. ஆனால், அவ்வாறு அளவிடுவதைத் தவிர்க்க முடியாது. இங்கு மூன்று விசயங்களைக் கவனத்தில் கொள்ள வேண்டும். அவை:

1. விரும்பிய பொழுதுபோக்கு நிகழ்ச்சிகளைக் குறைந்த செலவில் அனுபவிக்க வாய்ப்புகள் உள்ளனவா?

2. திட்டமிட்ட செலவினத்திற்குள் அதிக மகிழ்ச்சி தரும் பொழுதுபோக்கு அனுபவத்தைப் பெற முடியுமா?
3. எண்ணற்ற பொழுதுபோக்கு வாய்ப்புகளில், மாற்று அனுபவங்களைக் குறைந்த செலவில் பெற முடியுமா என்பதை ஆய்வு செய்து குறித்துக்கொள்ள வேண்டும்.

ஆடைகள்: நல்ல ஆடைகள் அணிவது எல்லோருடைய விருப்பம். ஆனால், ஆடையின் விலை வாங்குமிடத்தைப் பொறுத்து மாறும். சரியான கடையில், சரியான விலையில் வாங்கினோமா என்பதைக் கணிக்க வேண்டும். தள்ளுபடி விலை என்றும், இலவசப் பரிசு என்றும் விற்கப்படும் ஆடைகளை வாங்கும்போது, "வியாபாரத்தில் இலவச உணவு கிடையாது" என்ற கோட்பாட்டை கவனத்தில் கொள்ள வேண்டும். ஆடைகள் வாங்குவதில் முக்கியமாக கவனிக்கவேண்டியது: தற்செயலாகப் பார்த்தவுடன் வாங்குவதைத் தவிர்த்து தேவையின் அடிப்படையில் வாங்கினோமா என்பதை உறுதி செய்துகொள்ள வேண்டும்.

... வீட்டில் ஆடைகள் வைக்கிறதுக்கு இடம் இல்லை. இந்த வருசம் அதை வைக்கிறதுக்குப் புது வீடு ஒன்று வாங்கணும்...

கடன் வாங்குதல்

இந்திய சமூகப் பொருளாதார அமைப்பில், ஒரு நடுத்தர வர்க்கத்தைச் சேர்ந்த குடும்பமும், அடித்தட்டில் இருக்கும் குடும்பமும் கடன் வாங்குவதைத் தவிர்க்க முடியாது. ஆனால் எதற்காகக் கடன் வாங்குகிறோம் என்பதில்தான் வாழ்க்கைத் தரம் இருக்கிறது. அன்றாட மற்றும் அடிப்படைத் தேவைகளுக்காகக் கடன் வாங்கும் நிலைமை குடும்பத்தின் ஏழ்மை நிலையைக் குறிக்கும். குடும்பத்தின் தேவைகளை (Needs) எட்டுவதற்குப் போதுமான வருமானம் இல்லை எனக் கருதலாம். மாறாக, குடும்பத்தின் அடிப்படைத் தேவைகள் பூர்த்தியான பின்னர், ஆடம்பர விருப்பங்களுக்காக (Wants) கடன் வாங்குவது பொறுப்பின்மையையும் ஆடம்பரத்தையும் குறிக்கும். அத்தகு சூழல் முற்றிலும் தவிர்க்கப்படவேண்டியவை.

நிறுவனங்கள் முதலீட்டிற்காகவும், லாப நோக்கில் உற்பத்தியைப் பெருக்கவும் கடன் வாங்குவது வழக்கம். அது போல், குடும்பத்திற்காக அசையாச் சொத்துக்கள் வாங்கவும், கல்வி போன்ற முதலீட்டிற்காகவும் கடன் வாங்குவது தவறில்லை. ஆனால், கடன் வாங்கும் அளவு திருப்பிச் செலுத்தும் திறனின் அடிப்படையில் அமைய வேண்டும்.

மருத்துவச் செலவிற்காகக் கடன் வாங்குவது பெரும்பாலும் தவிர்க்க முடியாததாகிறது.

உடல் ஆரோக்கியமாக இருப்பதே வாழ்வின் சிறந்த சொத்து என்பர். அதைப் பேணிக் காப்பது ஒரு சிக்கன நடவடிக்கையும்கூட. ஏனென்றால், அது எதிர்பாராத எதிர்கால மருத்துவச் செலவைத் தவிர்க்க உதவும். தவிர்க்க முடியாத சூழலில் மருத்துவச் செலவைக் குறைக்க மருத்துவக் காப்பீடு உதவும்.

கடன் வாங்கக்கூடிய / தவிர்க்கவேண்டிய சூழல்களை அறிந்து கொள்வது நல்லது.

ஆடம்பர விருப்பங்களுக்காகக் கடன் வாங்குவது, வாங்கிய கடனைத் திருப்பிச் செலுத்தக் கடன் வாங்குவது பொழுதுபோக்கு நிகழ்ச்சிகளுக்காகக் கடன் வாங்குவது நகைகள் மற்றும் விலை உயர்ந்த ஆடைகளை வாங்கக் கடன் வாங்குவது முழுமையான பயன்பாடு இல்லாதபட்சத்தில், வாகனங்கள் வாங்கக் கடன் வாங்குவது.
கடன் வாங்குவதைத் தவிர்க்கவேண்டிய சூழல்கள்
கடன் வாங்குவற்குச் சாதகமான சூழல்கள்
மதிப்பு உயரும் எனக் கருதுமிடத்தில் அசையாச் சொத்து வாங்கக் கடன் வாங்குவது முக்கிய செலவிற்கென எதிர்பார்த்த வருமானம் தாமதம் ஆகும்போது எதிர்பாராத மருத்துவச் செலவிற்காகக் கடன் வாங்குவது கல்விச் செலவிற்காகக் கடன் வாங்குவது

தணிக்கை காலம்

எவ்வளவு காலத்திற்கு ஒருமுறை நமக்கு நாமே தணிக்கை செய்ய வேண்டும் என்ற வறையறை கிடையாது. நிறுவனங்களும் அலுவலகங்களும் ஆண்டுக்கொரு முறை தணிக்கை செய்து கொள்ளலாம். ஏனென்றால் இழப்புகளைத் தாங்கும் சக்தி அவற்றிற்கு அதிகம். குடும்ப வரவு-செலவுகளை மாதம் ஒரு முறையாவது தணிக்கை செய்து நம் செயல்பாடுகள் சரியாக உள்ளனவா என உறுதி செய்துகொள்ள வேண்டும். செய்த தவறுகளையும் குறைபாடு களையும் குறித்துக்கொண்டு எதிர்காலத்தில் கவனமுடன் செயல்பட வேண்டும். சிறப்பாகச் செயல்பட்டு, எந்தவிதக் குறைபாடும் இல்லையென்றாலும், மாதமொருமுறை தணிக்கை செய்வது நல்லது. அது நம்முடைய வாழ்வியல் முறையாக மாறி, நிதி மேலாண்மையை மேம்படுத்தும். இந்தக் கட்டுப்பாடுகளையும் நடைமுறைகளையும், குடும்பத் தலைவர் மட்டுமின்றி, குடும்பத்தின் அனைத்து உறுப்பினர்களும் கவனத்தில் கொள்ள வேண்டும்.

செலவுகள் மற்றும் நிகழ்ச்சி நடத்துவது குறித்த முக்கிய முடிவுகள் எடுப்பதில் உள்ள சிக்கலையும் சூட்சுமங்களையும் புரிந்துகொள்ள அடுத்த கதையைப் படியுங்கள்.

வில்லை உடைத்தது யார்?

ஒரு இளவரசியின் சுயம்வரத்தில் பங்கேற்ற இளவரசன் வில்லை உடைத்தது குறித்து ஒரு இந்தியப் புராணம் கூறும் கதையொன்று உண்டு. அந்த வில்லை உடைத்தது யார் என்ற தணிக்கை அணுகுமுறை குறித்த கதை இது.

பள்ளிக்கூட ஆய்வாளர் ஒருவர் ஒரு தனியார் பள்ளியை ஆய்வு செய்யச் செல்கிறார். ஒரு வகுப்பில் மேற்கண்ட நிகழ்வு குறித்த பாடம் நடந்துகொண்டிருந்தது. அந்த வகுப்பிற்குச் சென்ற ஆய்வாளர், ஒரு மாணவனை எழுப்பி, 'சுயம்வரத்திற்காக வைத்திருந்த மன்னனின் வில்லை உடைத்தது யார்' எனக் கேட்கிறார். அந்த மாணவனும் 'நான் இல்லை ஐயா' என உறுதியாகக் கூறுகிறான். ஆய்வாளர் ஆசிரியரிடம் விளக்கம் கேட்க, ஆசிரியரும், 'இந்த மாணவன் பொய் சொல்வான். எனக்கு இவன் மேல் சந்தேகமாக உள்ளது. இவனை அடித்துக் கேட்டால் உண்மையை ஒத்துக்கொள்வான்' என்றார். ஆசிரியரின் பதிலைக் கேட்டு அதிர்ச்சியுற்ற ஆய்வாளர், இது குறித்து தலைமை ஆசிரியரிடம் முறையிட்டு விளக்கம் கேட்கிறார். தலைமை ஆசிரியரும், 'கோவப்படாதீர்கள். நான் இதை விசாரித்து வில்லை உடைத்தது யார் எனக் கண்டுபிடிக்கிறேன்' என்றார். தலைமை ஆசிரியரின் பதிலால் கூடுதல் அதிர்ச்சியுற்ற ஆய்வாளர், அந்தப் பள்ளியின் நிர்வாகியிடம் முறையிடுகிறார். அதற்கு அந்த நிர்வாகி, 'வில்லை யாரோ தெரியாமல் உடைத்து விட்டார்கள். கவலைப்படாதீர்கள் வேறு வில்லை வாங்கி வைத்து விடலாம்' என்றார். மனம் வெறுத்துப்போன ஆய்வாளர், தன் உயரதிகாரியிடம் கல்வியின் தரம் குறித்துப் புகாரளித்தார். அந்த உயர் அதிகாரியோ, 'காவல்துறையிடம் புகாரளித்து வில்லை உடைத்தவனை விரைந்து கண்டுபிடிக்கச் சொல்லுங்கள்' என ஆணையிட்டார்.

இந்தக் கதையிலும் நான்கு விதமான தணிக்கை அணுகுமுறைகளுக்கு வாய்ப்புள்ளன. அவற்றை அறிந்துகொள்வதன் மூலம் நமக்கு நாமே தணிக்கை என்றால் என்ன எனப் புரிந்துகொள்ளலாம்.

நன்றி: கதை - யாரோ

தணிக்கை அணுகுமுறை 1:
வில்லை உடைத்துவிட்டார்கள். அது யார் எனக் கண்டுபிடிப்பது நிர்வாகத்தின் பிரச்சனை. வில்லை உடைத்ததால் அரசுக்கு நட்டம். புது வில் வாங்குவதற்குக்

கூடுதல் செலவாகும். இந்த நட்டத்திற்கும் கூடுதல் செலவிற்கும் காரணமானவர்களைக் கண்டறிந்து அவர்கள் மேல் தக்க நடவடிக்கை எடுக்க வேண்டும். இந்த அணுகுமுறைத் தணிக்கையை மேற்கொள்பவர் தணிக்கையின் அடிப்படைகளைப் புரிந்துகொள்ளாமல், அனைத்து செயல்களையும், பணத்தோடு (அதாவது வரவு-செலவுகளோடு) தொடர்புபடுத்திப் பார்ப்பவர். அது சரியான அணுகுமுறையாகாது.

தணிக்கை அணுகுமுறை 2:

தொழில்முறையில் தணிக்கை செய்து, தணிக்கை செயல்முறைகளை முழுமையாகப் பின்பற்றுவோரின் அணுகுமுறை எப்படி இருக்கும் எனப் பார்க்கலாம்.

1. அந்த வில் எப்போது வாங்கப்பட்டது என்றும் எப்போது உடைக்கப்பட்டது என்றும் ஆய்வுசெய்திருக்க வேண்டும்.

2. அந்த வில் முறைப்படி வாங்கப்பட்டதா என்றும் உடையும் படியான வில்லை வாங்கியதற்கு/ செய்ததற்கு யார் காரணம் என்றும் ஆய்வுசெய்திருக்க வேண்டும்

3. வாங்கும்போது வில்லின் தரம் உறுதி செய்யப்பட்டதா என்றும் அதன் ஆயுள் காலம் எவ்வளவு என்றும், அந்தக் காலத்தில் வில் முறைப்படி பராமரிக்கப்பட்டதா என்பதையும் ஆய்வுசெய்ய வேண்டும்.

4. உடைந்த வில் பழுது பார்க்கப்பட்டதா என்றும் மீண்டும் பயன்படுத்த வாய்ப்பு உள்ளதா என்றும் உரியவர்களிடம் விளக்கம் கேட்க வேண்டும்.

5. நிகர நட்டம் எவ்வளவு என்றும் மீண்டும் புது வில் வாங்க வேண்டுமெனில் அதற்குத் தேவையான பணம் உள்ளதா/ ஒதுக்க முடியுமா என்பது குறித்துப் பரிசீலிக்க வேண்டும்.

இவை எல்லாவற்றையும் ஆய்வுசெய்து பரிசீலித்த பின்னர் தக்க தணிக்கை முடிவுகளை மேற்கொள்ள வேண்டும் என்று கருதுவோர் உண்டு.

தணிக்கையின் நோக்கத்தைப் புறக்கணித்துவிட்டுத் தணிக்கைச் செயல் முறைகளைக் கண்ணை மூடிக்கொண்டு, தணிக்கையில் குற்றம் கண்டுபிடிக்க வேண்டும் என்ற நோக்கில் செயல்படுபவருடைய அணுகுமுறை இது.

தணிக்கை அணுகுமுறை 3:

அரசு/நிறுவனத் தணிக்கையர் மேற்கண்ட விசயத்தின் அணுகு முறையில் மாறுபடுவர். இங்கு வில் உடைத்ததாக, பாடப்பகுதியில் உள்ளது குறித்துக் கேள்வி கேட்கப்பட்டது. அந்தக் கேள்விக்கு யாரும் சரியாகப் பதிலளிக்கவில்லை. அதற்கு யார் காரணம்; பாடம் சரியாகக் கற்பிக்கப்பட்டதா? ஆசிரியரும் தலைமை ஆசிரியரும் கல்வியை முறையாகக் கற்றார்கள்தானா, நிர்வாகி பள்ளி நடத்துவதற்குத் தகுதியானவரா என்பது குறித்து ஆய்வு செய்திருக்க வேண்டும். இங்கு தணிக்கையரின் குறிப்பு கல்வித் தரம் குறித்ததாக இருக்க வேண்டுமேயன்றி, வில்லை உடைத்தது குறித்து அல்ல.

தணிக்கை அணுகுமுறை 4:

நமக்கு நாமே தணிக்கையில் நாம் கவனிக்கவேண்டியது மிக எளிமையானது. 'நமது குழந்தையை அப்படிப்பட்ட பள்ளியில் சேர்த்திருக்கிறோமா' என்று ஆய்வுசெய்து, அவ்வாறு சேர்த்திருந்தால் உடனே அந்தப் பள்ளியிலிருந்து விலகி, வேறு நல்ல பள்ளியில் சேர்க்க வேண்டும்.

3. முதலீடு மற்றும் சொத்துக்கள் தணிக்கை

முல்லா குறித்த கதை ஒன்று. தனியாக வசித்து வந்த முல்லா, ஒருமுறை தனது வீட்டைப் பூட்டாமல் சென்றுவிட்டார். சற்று நேரம் கழித்து முல்லாவை சந்தையில் சந்தித்த நண்பர், வீடு பூட்டாமல் இருக்கும் செய்தியைத் தெரிவித்தார். அதைப் பற்றி சற்றும் கவலைப்படாமல், 'அங்கே என்ன இருக்கிறது?' பூட்டுவதற்கு என்று கேட்டார். 'முக்கியமான பொருள் ஏதுமில்லையா?' எனக் கேட்டார் நண்பர். 'என் வீட்டில் விலை மதிப்பில்லாதது நான் மட்டும்தான். நானே வெளியில் இருக்கும்போது வீட்டைப் பூட்டுவதால் என்ன பயன்?' என்று கேட்டார்.

கதைகளில் வேண்டுமானால் பொருட்களும் சொத்துக்களும் விலை மதிப்பில்லாமல் இருக்கலாம். உண்மையில், ஒவ்வொருவரும் சொத்துக்களைச் சேர்ப்பதிலும் பாதுகாப்பதிலும் அதிக முனைப்பு காட்டுகின்றனர். உபரி வருமானத்தின் மூலமோ அல்லது செலவுகளைக் குறைத்தோ சேமிக்கின்றனர். அதை மூலதனமாகக் கொண்டு சொத்துக்கள் வாங்குகின்றனர்.

சொத்துக்கள் என்றதும் நிலம், கட்டடம், வாகனங்கள் போன்றவை மட்டும் என எண்ணிக்கொள்ளாதீர்கள். அவைகளும் சொத்துக்கள்தான் என்றாலும், அவை குறித்த பரிவர்த்தனைகள் எப்போதாவது சில நேரங்களில் மட்டுமே நடக்கும். ஆயினும் அவை விலை உயர்ந்தவைகளாக இருப்பதால் அதற்கு சிறப்பு கவனம் செலுத்த வேண்டும். அதோடு, நம் அன்றாட வாழ்வில் நம்மோடு தொடர்புடைய சேமிப்புகளும் முதலீடுகளும் சொத்துக்களே. அவை குறித்த தணிக்கை அணுகுமுறையை அறிந்துகொள்வது முக்கியம்.

நம் சேமிப்புகளும் முதலீடுகளும்

வரவு- செலவுகள் குறித்த திட்டங்களும் தணிக்கையும் தற்காலச் சூழலை மேம்படுத்தும் நோக்கினாலானவை. அதே வேளையில் நமது சேமிப்புகளும் முதலீடுகளும் எதிர் காலத்தை மேம்படுத்தும் நோக்கிலானவை. ஆகவே அவை குறித்த திட்டங்களும் தணிக்கையும் மிக முக்கிய இடம் பெறுகின்றன.

சேமிப்புகள் தணிக்கை

மாத வருமானத்தில் முதல் செலவு சேமிப்பாக இருக்க வேண்டும் என்று பொருளாதார நிபுணர்கள் கூறுவர். நடுத்தர குடும்பத்திற்கு வருமானத்தைப் பொறுத்து சேமிப்பின் அளவு 20 முதல் 25 (குறைந்தபட்சம் 10-15) விழுக்காடு இருப்பது சிறப்பாக இருக்கும். தம்மால் எவ்வளவு சேமிக்க முடியும் என்பதை ஒவ்வொருவரும் தம் குடும்ப பட்ஜெட்டில் முடிவு செய்து கொள்ள வேண்டும். சேமிப்பில் உள்ள முக்கியமான சிக்கலே எங்கே எப்படி சேமிப்பது என்பதுதான். அவற்றுள் பாதுகாப்பாகவும் சிறப்பான தாகவும் உள்ளவற்றையும், ஆபத்தானவை பற்றிய சேமிப்பு முறைகளையும் காணலாம்.

பெரும்பாலானோர் தனது வருமானத்திற்குப் பயன்படுத்தும் வங்கிக் கணக்கில் செலவு போக எஞ்சியுள்ள தொகையை சேமிப்பாக விட்டுவிடுவர். ஆனால், அது சரியான சேமிப்பு முறையன்று. ஏனெனில் அவற்றிற்கான வட்டியும், அதிலிருந்து கிட்டும் வருமானமும் சொற்பமே! ஆனால், அந்தப் பணத்தை எடுத்து சேமிப்பிற் கென்றே பிரத்யேகமாக உள்ள திட்டங்களில் சேமித்தால் கூடுதல் வருமானம் கிட்டும். அத்தகு திட்டங்கள் வங்கிகளிலும் தபால் நிலையங்களிலும் செயல்படுத்தப் படுகின்றன. தனியார் துறை வங்கிகளிலும் அத்தகு நல்ல திட்டங்கள் உள்ளன. அவை குறித்து நன்கு ஆய்வுசெய்து, தக்க திட்டத்தில் சேமிப்பைத் தொடங்க வேண்டும்.

ஆபத்தான சேமிப்புகள்

1. ஆவணங்கள் மூலம் உறுதி செய்யப்படாதவை
2. சட்டபூர்வமாக சேமிப்பு/ முதலீடு களாக அனுமதி பெறாதவை
3. தனி நபர்களின் சேமிப்புத் திட்டங்கள்
4. விற்பனையோடு இணைந்த சேமிப்புகள் (தரத்தில் ஏமாற்றுவதால்)
5. மோசடிப் புகார்கள் உள்ள நிறுவனச் சேமிப்புகள்

ஆனால், முறைப்படுத்தப்படாத நிறுவனங்கள், குழுக்கள், நபர்கள் நடத்தும் சேமிப்புத் திட்டங்களைப் பின்பற்றுவோர் பலருண்டு. கிராமங்களில், நகரங்களில் சிறு பகுதிக்குள் இத்தகைய சேமிப்புத் திட்டங்கள் செயல்படுகின்றன. இந்த வகைக்குள் “சீட்டு முறை சேமிப்புத் திட்டம்” மிகவும் பிரபலமானது. இத்தகைய திட்டங்கள் சில நிறுவனங்களிலும் ஊழியர்களால் நடத்தப்படுகின்றன. இத்தகு திட்டங்கள், மக்கள் தமக்குரிய நேரடித் தொடர்பாலும், நம்பிக்கையின் அடிப்படையில் மட்டுமே செயல்படுகின்றன. ஆனால் அவை அனைத்தும் மோசடித் திட்டங்கள் அல்ல. இருந்தபோதிலும் ஆபத்துமிக்கவை; பாதுகாப்பில் நிச்சயமற்றவை.

முதலீடு செய்வதற்கு முன்னர், குறிப்பிட்ட தொகை வரும்வரை அல்லது குறிப்பிட்ட காலம் வரை சேமிப்பைத் தொடர வேண்டும். பொதுவாக 'ஒரு வருட சேமிப்புப் பணம் அல்லது நான்கு மாத வருமான அளவு' என இந்த அளவை நிர்ணயித்துக் கொள்ளலாம். இந்த அளவிற்குச் சேர்ந்த உடன், அதனை முதலீட்டிற்காகப் பயன்படுத்தலாம்.

சேமிப்புகளைத் தணிக்கை செய்யும் முறை

சேமிப்புகளைத் தணிக்கை செய்யும்போது கீழ்க்கண்ட வினாக்களுக்கு விடை காண வேண்டும்.

1. திட்டமிட்ட அளவு அல்லது குறைந்தபட்ச அளவிலான வருமானத்தை சேமிக்கிறோமா?
2. சேமிக்கும் பழக்கம் தொடர்ந்து வருகிறதா இல்லை தொய்வு ஏற்படுகிறதா?
3. கூடுதல் வருமானம் கிட்டியபோது, அதை சேமிப்பிற்குப் பயன்படுத்தினோமா அல்லது செலவு செய்துவிட்டோமா?
4. சேமிப்பில் கிடைத்த வருமானத்தை என்ன செய்தோம்? செலவு செய்தோமா, மீண்டும் சேமிப்பிற்குப் பயன்படுத்தினோமா அல்லது முதலீட்டிற்குப் பயன்படுத்தினோமா?
5. நிறுவனங்களின் சேமிப்புத் திட்டம் சட்டத்திற்கு உட்பட்டதா? அந்த நிறுவனங்கள் சட்ட விதிமுறைகளைச் சரியாகப் பின்பற்றுகின்றனவா?
6. சரியான சேமிப்புத் திட்டத்தில் சரியான நிறுவனத்தில் சேமிக்கிறோமா என்பதை வேறு அல்லது புது சேமிப்புத் திட்டங்களோடு ஒப்பிட்டுப்பார்க்க வேண்டும்.

இந்திய மக்களின் சேமிப்புப் பழக்கங்களில் முக்கியமாக இருப்பது 'சீட்டு போடுதல்' உட்பட முறை சாரா திட்டங்களில் சேமிப்பது. இந்த முறையிலான சேமிப்பு பெண்களிடமும் பொருளாதாரத்தில் பின் தங்கி இருக்கும் மக்களிடம் அதிகமாக இருக்கிறது. இந்த வகை சேமிப்புகளில் சேமிக்கும் பணத்தின் அளவு குறைவாக இருந்தாலும், சேமிப்பவர்களின் எண்ணிக்கையும் முறைப்படுத்தப்படாத சேமிப்புத் திட்டங்கள் அதிகமாக இருப்பதால், அதன் தாக்கம் அதிகம்.

இந்த வகை சேமிப்புகள் நம்பிக்கையின் அடிப்படையில் நடைபெற்றாலும், பண இழப்பிற்கான ஆபத்து அதிகம். அதற்குக் காரணம்,

1. பணம் செலுத்தியதற்கான ரசீது கொடுக்கப்படுவதில்லை.
2. மொத்தக் கணக்கு அறிக்கை அளிக்கப்படுவதில்லை.
3. பண இழப்பு ஏற்பட்டால் ஈடு செய்யும் நடைமுறைகள் தெளிவாக இருப்பதில்லை
4. சேமித்த பணத்தைக் கொடுப்பதில் தனி நபர்களின் ஆதிக்கம் அதிகமாகவும் இருக்கும்.
5. பண இழப்பு ஏற்பட்டால் சட்டப்பூர்வ நடவடிக்கைகள் எடுப்பது கடினமானது.

ஆகவே, இந்த வகை சேமிப்புகளில் அதிக கவனம் தேவை.

முதலீடுகள் தணிக்கை

வரவு மற்றும் செலவுகளை உள்ளடக்கி, சேமிப்பிற்கும் முதலீட்டிற்கும் உள்ள தொடர்பை அடுத்து உள்ள படம் தெளிவாக்கும்.

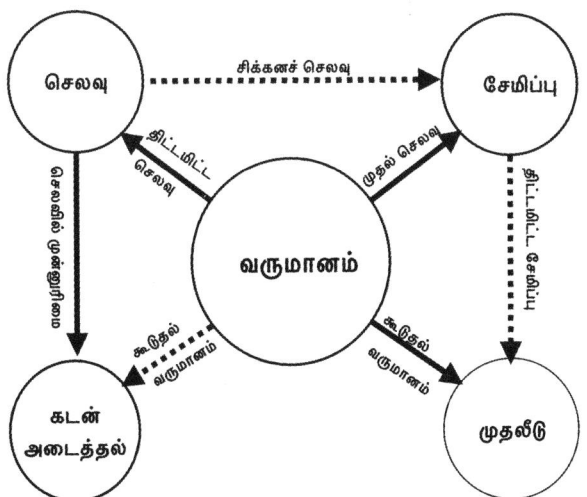

பொதுவாகத் தனி நபர் அல்லது ஒரு குடும்பம் வங்கிகளிலோ, தனியார் நிதி நிறுவனத் திட்டங்களிலோ, பங்குச் சந்தையிலோ அல்லது நிலம் சார்ந்த பிற சொத்துக்களிலோ முதலீடு செய்வர். அவ்வாறு செய்யும் முன்னரும் செய்த பின்னரும் செய்யவேண்டிய தணிக்கை நடவடிக்கைகளைக் காணலாம்.

வங்கி/ நிதி நிறுவன முதலீடுகளைத் தணிக்கை செய்தல்

பொதுவாக வங்கிகளின் நீண்ட கால வைப்புத் திட்டத்திலோ (Fixed deposit plans) அல்லது கட்டமைக்கப்பட்ட/தொடர் முதலீட்டுத்

திட்டத்தில் (Structured Investment Plan) பங்குபெறுவர். அது குறித்து தணிக்கை செய்யும் முறையை அறிந்துகொள்ளலாம். இந்த வகைத் தணிக்கையை இரண்டு நிலைகளில் செய்யலாம். அ) முதலீடு செய்வதற்கு முன்னான தணிக்கை மற்றும் ஆ) முதலீட்டு காலத் தணிக்கை.

அ) முதலீடு செய்வதற்கு முந்தைய தணிக்கை

முதலீடு செய்வதற்கு முன்னர், கீழ்கண்ட வினாக்களுக்கு விடை கண்டு, அவை நமக்குச் சாதகமாக உள்ளதா என்பதை உறுதி செய்து கொள்ள வேண்டும்.

1. முதலீட்டிற்குத் தேவையான பணம் நம்மிடம் உள்ளதா? தொடர் முதலீட்டுத் திட்டத்தில் பங்கு பெறுவதென்றால் தொடர்ந்து (பிரதி மாதம்) முதலீடு செய்ய நம்முடைய வருமானம் இடமளிக்கிறதா?
2. முதலீடு செய்யும் காலம் முழுமைக்கும், முதலீட்டுப் பணத்தைத் திரும்ப எடுக்காமல், பிற செலவுகளுக்கான பணம் இருக்கிறதா? எதிர்கால வருமானக் கணக்கீடு சாதகமாக உள்ளதா?
3. முதலீடு செய்யும் திட்டம் மற்றும் அதற்குரிய நிபந்தனைகளைத் தெளிவாகப் புரிந்துகொண்டோமா?
4. திட்டத்தின் 'நுண் அச்சுக்கள்' (Fine Prints) எனப்படும் நுணுக்கமான நிபந்தனைகளில், சிக்கலான நிபந்தனைகள் ஏதேனும் உள்ளனவா? அவற்றைச் சரியாகப் புரிந்துகொண்டோமா?
5. முதலீட்டுத் திட்டத்தின் நிபந்தனைகள் மற்றும் பலன்கள் மொத்தமும் தெளிவாக எழுத்து மூலமாகத் தெரிவிக்கப்பட்டதா? குறிப்பாக முதலீட்டு ஒப்பந்த ஆவணத்தில் கையெழுத்திடும் முன் தெரிவிக்கப்பட்டதா?
6. முக்கியமாக, செய்யும் முதலீடும் முதலீட்டு நிறுவனமும் பாதுகாப்பானதா/நம்பத் தகுந்ததா?
7. முதலீடு செய்யும் நிறுவனம் சட்டபூர்வமான, (ஒழுங்காற்று/Regulatory) நெறிமுறைகளைச் சரிவர கடைப்பிடிக்கின்றனவா? அந்த நிறுவனம் குறித்த எதிர்மறைத் தகவல்கள் ஏதேனும் ஊடகங்களில்/பொதுவெளியில் வந்துள்ளனவா?
8. முதலீடு மூலம் தரப்படுவதாகக் கூறப்படும் வருமானம் உண்மையில் (தற்காலச் சந்தை சூழலில்) சாத்தியமானதுதானா?

முதலீட்டுக் கடலுக்குள் குதிக்கும் முன்னர் முதலீட்டுக் கடலுக்குள் குதித்த பின்

முதலீட்டுக் கடலுக்குள் குதிக்கும் முன்னர்	முதலீட்டுக் கடலுக்குள் குதித்த பின்
1. போதுமான வருமானம் இருக்கிறதா?	1. முதலீட்டு ஆவணங்கள் பாதுகாப்பாக உள்ளனவா?
2. முதலீட்டுத் திட்டத்தைப் புரிந்து கொண்டோமா?; நிபந்தனைகள் ஏற்புடையதா?	2. முதலீடு செய்த நிறுவனங்கள்/ திட்டங்கள் எதிர்பார்த்தது போல் செயல்படுகின்றனவா?
3. முதலீட்டில் உள்ள ஆபத்துகளைத் தாங்கும் சக்தி நம்மிடம் உள்ளதா?	3. முதலீட்டில் 'நாமினி'/வாரிசு குறித்த விவரங்கள் சேர்க்கப்பட்டுள்ளனவா?
4. முதலீட்டிலிருந்து எதிர்பார்க்கப்படும் வருமானம் சாத்தியமானதுதானா?	4. முதலீட்டைத் தொடர்வதற்கு நியாயமான காரணங்கள் உள்ளனவா?

முதலீட்டுக் காலத் தணிக்கை

முதலீட்டுக் காலகட்டத்தில், கீழ்க்கண்ட நடைமுறைகள் பின்பற்றப்பட்டதா; அவை நமக்குச் சாதகமாக உள்ளதா என்பதைத் தணிக்கை செய்து உறுதிப்படுத்த வேண்டும்.

1. முதலீட்டு ஆவணங்களையும், தொடர் முதலீட்டுத் திட்டத்தில் பிரதி மாதம் முதலீடு செய்ததை/பணம் செலுத்தியதற்கான ரசீது மற்றும் பிற ஆவணங்களைப் பாதுகாப்பாக வைத்திருக்கிறோமா?
2. முதலீடு தொடர்பான 'பரிந்துரைக்கப்பட்டவர் (Nominee) அல்லது வாரிசுகள்' குறித்த தகவல்கள் சரியான ஆவணங்களுடன் முதலீட்டு நிறுவனத்திடம் சமர்ப்பிக்கப்பட்டுள்ளதா? அவை நிறுவன ஆவணங்களில் பதிவுசெய்யப்பட்டுள்ளதா?
3. முதலீடு செய்த நிறுவனம் எதிர்பார்த்த பலனைத் தரும் வகையில் தொடர்ந்து செயல்பட்டுவருகிறதா?

4. முதலீடு குறித்து குடும்பத்தின் மற்ற உறுப்பினர்களிடம் தெரியப் படுத்தி, அதற்கான ஆவணப் பிரதிகள் அவர்களிடம் வழங்கப் பட்டுள்ளதா அல்லது ஆவணங்கள் இருக்குமிடம் தெரியப் படுத்தப்பட்டுள்ளதா?

5. பணத்தேவையின் காரணமாக முதலீட்டை முன்கூட்டியே முடித்துவைத்துப் பணத்தைப் பெறவேண்டிய சூழல்களை எப்படி எதிர் கொள்ள முடிந்தது? முதலீட்டை முடித்துவைக்க நேர்ந்தால், அதன் நிறை குறைகளைத் தெளிவாக அறிந்த பின்னர் முடிவெடுக்கப்பட்டதா?

6. முதலீட்டுக் காலகட்டத்தில், பணத் தேவைக்காகக் கடன் வாங்க நேர்ந்தால், கடன் வாங்குவதற்கான செலவு (வட்டி, நிர்வாகச் செலவு முதலியன), முதலீட்டிலிருந்து கிட்டும் வருமானத்தை விட மிகவும் குறைவாக இருப்பதை உறுதி செய்யப்பட்டதா?

7. தொடர் முதலீட்டுத் திட்டத்தில் (ஏதேனும் சூழ்நிலை காரணமாக) ஒரு சில தவணைகள் முதலீட்டுப் பணம் செலுத்தத் தவறினால், அதன் விளைவுகளையும், அதனை ஈடுகட்டும் விதத்தையும் அறிந்து முதலீட்டின் பலன் பாதிக்காத/குறையாத வண்ணம் நடவடிக்கை மேற்கொள்ளப்பட்டதா?

8. முதலீட்டுத் திட்டம் தொடரும் காலத்தில், வேறு சிறந்த முதலீட்டு வாய்ப்பு வந்தால், அதன் நிறை குறைகளைத் தற்போதுள்ள முதலீட்டை முன்கூட்டியே முடித்துவைப்பதால் ஏற்படும் இழப்புகளுடன் ஒப்பிட்டுப்பார்த்து, கூடுதல் வருவாய் உறுதியாகக் கிட்டுமா என்பது உறுதி செய்யப்பட்டதா?

9. குறிப்பிட்ட நிறுவனத்தில் செய்த முதலீடு பாதுகாப்பானதா?; முதலீடு செய்த நிறுவனம் தொடர்ந்து இயங்கவல்லதா? நிர்வாகம் சரியான முறையில் செயல்படுகிறதா? நிர்வாகத்தில் மாற்ற மிருப்பின், புது நிர்வாகம் தொடர்ந்து இயங்கும் திறனுள்ளதா?

10. முதலீடு காலம் முடிந்த உடன் நாமோ அல்லது நமது வாரிசுதாரரோ முதிர்வுப் பணத்தைப் பெறும்போது பின்பற்ற வேண்டிய நடைமுறைகளைத் தெளிவாக அறிந்து, அதனைத் தன் குடும்ப உறுப்பினர்களுக்கு விளக்கி இருக்கிறோமா?

முறைப்படுத்தப்படாத நிதி அமைப்புகள் முதலீடு

பொதுமக்கள் தனியார் அல்லது முறைப்படுத்தப்படாத நிதி அமைப்பு களைத் தேடிச்சென்று அதிக முதலீடு செய்வதற்குக் காரணம் அவர்களது கவர்ச்சிகரமான முதலீட்டுத் திட்டங்களும், உள்ளூர் மக்களைக்

யார் இந்த முறைப்படுத்தப்படாத நிதி அமைப்புகள்?

நிதி சார்ந்த சேவைகளுக்காக அரசிடம் முறையான அனுமதி பெறாமல், சேமிப்பு, முதலீடு, கடன் வழங்கல் போன்ற சேவை களைத் தரும் அமைப்புகள். இவைகள் வேறு வகைத் தொழில் செய்யும் அனுமதியைப் பெற்றோ அல்லது எந்தவித அனுமதியும் பெறாமலோ செயல்படுபவை. தனிநபராகவோ, சிலர் கூட்டாகவோ அல்லது சிறு நிறுவனமாகவோ செயல்படுவர்.

கொண்டு வாடிக்கையாளர்களை அணுகுவதும் தான். வங்கிகளிலும், பிறவகை நிதி நிறுவனங்களில் இல்லாத அளவிற்கு அதிக வட்டியும், வருவாயும் தருவதாக நம்பும் படியாகக் கூறுவது இந்த வகை நிதி அமைப்புகளின் வாடிக்கை. அதனை நம்பும் பொதுமக்களும் வாடிக்கையாளர்களும் அதிகமாக முதலீடு செய்வது வழக்கம். பல சூழல்களில் அது “பொன்ஸி திட்டம்” (Ponzi Scheme) எனும் ஏமாற்றுத் திட்டமாக இருப்பதற்கு வாய்ப்பு உண்டு என்பதை நினைவில் கொள்ள வேண்டும்.

முறைபடுத்தப்படாத அமைப்பு முதலீட்டுத் தணிக்கை

வங்கி/நிதி நிறுவன முதலீட்டுத் தணிக்கையில் பட்டியலிடப் பட்டுள்ள வினாக்கள் அனைத்தையும் இந்த வகை நிறுவன முதலீடுகளில் எழுப்பி, தக்க விடை பெற்று முடிவுகள் மேற் கொள்ளப்பட வேண்டும். கூடுதலாக, முதலீடு செய்வதற்கு முன்னர், கீழ்க்கண்ட வினாக்களுக்கு விடை கண்டு, அவை நமக்குச் சாதகமாக உள்ளதா என்பதை உறுதி செய்து கொள்ள வேண்டும்.

ஓடிப்போன உத்தமர்கள்!

ஒரு பெரிய கட்டடத்தில் நவீன வசதிகள் கொண்ட அலுவலகம். அமுதை ஊட்டுவது போன்று பேசும் அலுவலர்கள். 'நாங்கள் மிகவும் நல்லவர்கள்; எங்களை நம்புங்கள்' என்று வாய் மணக்கப் பேசினார்கள். 'யாருமே கொடுக்க முடியாத மிக அதிக வருமானத்தைத் தரும்' முதலீடு என்று ஆசை காட்டினார்கள். உடனடியாக முதலீடு செய்தால் கூடுதல் வருமானம் என்றார்கள். அதனை நம்பிப் பல ஏழை எளிய மக்கள் முதலீடு செய்தனர். சில தவணைகள் வருமானம் குறித்த நேரத்தில் குறித்த அளவில் கொடுத்தனர். அடுத்த சில தவணைகள் தாமதமாகவோ, குறைவாகவோ கொடுத்தார்கள். அவ்வளவுதான். அடுத்த சில நாட்களில் முதலீட்டாளர்கள் நிதி நிறுவன அலுவலகக் கட்டடத்தை முற்றுகையிட, நிதி நிறுவனம் நடத்தியவர்கள் ஓடிப் போயிருந்தார்கள்.

இந்தியாவின் எந்த ஒரு நகரத்தையும் எடுத்துக்கொள்ளுங்கள். இது போன்ற நிகழ்வு அங்கே நடந்திருக்கும். நிதி நிறுவனம் நடத்திய உத்தமர்கள் ஓடிப்போயிருப்பார்கள்.

1. குறிப்பிட்ட நிறுவனம் நிதி முதலீடுகளைத் திரட்டச் சட்ட பூர்வமாக அங்கீகரிக்கப்பட்டுள்ளதா? அந்த அங்கீகாரம் புதுப்பிக்கப்பட்டுள்ளதா? அவற்றின் ஆவணங்கள் அதை உறுதிப்படுத்துகின்றனவா?

2. அந்த நிறுவன இயக்குநர்கள் மற்றும் அதன் மூத்த நிர்வாகிகள் குறித்த முழு விவரங்கள் பொது வெளியில் வழங்கப்பட்டுள்ளதா என்பதை உறுதி செய்யவும். அவ்வாறு இல்லையெனில், நிறுவனத்தின் உண்மைத் தன்மை குறித்து ஐயம் எழுவதைத் தவிர்க்க முடியாது.

3. நிறுவனம் அரசு விதித்துள்ள கட்டுப்பாடுகளையும் விதிகளையும் முழுமையாகப் பின்பற்றியுள்ளதா? அந்த நிறுவனத்தின் செயல்பாடுகள், தகுதி வாய்ந்த தணிக்கை நிறுவனங்களால் தணிக்கை செய்யப்பட்டுள்ளதா? அவற்றின் தணிக்கை மற்றும் அறிக்கைகள் பொதுவெளியில் உள்ளனவா?

4. ஒரு நிறுவனம் தருவதாகக் கூறும் வட்டியும் முதலீட்டு வருவாயும் சாத்தியமானதுதானா?

சில நிறுவனங்கள் சாத்தியமில்லாத வருவாயைத் தருவதாகக் கூறி, அளவிற்கு அதிகமான முதலீடுகள் பெற்றவுடன், அந்நிறுவன இயக்குநர்களும் அதிகாரிகளும் முதலீட்டுப் பணத்துடன் மாயமாகி விடுவது 'பொன்ஸி திட்டம்' எனப்படும் ஒரு வகை மோசடித் திட்டம் என்பதை கவனத்தில் கொள்ள வேண்டும்.

பொன்ஸி வகை முதலீட்டு மோசடிகளுக்கென சில அறிகுறிகள் தனியாகப் பட்டியலிடப்பட்டுள்ளன. நாம் முதலீடு செய்ய முனையும் நிறுவனத்தில் இந்த அறிகுறிகள் ஏதேனும் இருக்கிறதா என்பதை ஆராய வேண்டும். அவற்றில் ஒன்று அல்லது சில இருப்பினும் அவ்வகை முதலீட்டைத் தவிர்த்துவிடுவது நல்லது.

பொன்ஸி திட்டத்தின் அறிகுறிகள்

1. சாத்தியமில்லாத வருவாய்/வட்டி தருவதாக உறுதியளித்தல்
2. உடனடியாக முதலீடு செய்ய வலியுறுத்தல் - கால அவகாசம் வாய்ப்பு முடிவதாக அவசரப்படுத்துதல்
3. முதலீட்டில் ஈட்டிய வருமானத்தை மறு முதலீடு செய்ய கட்டாயப்படுத்துதல்
4. சந்தை நிலவரத்தை மீறி வட்டி தருவதாக உறுதியளித்தல்
5. முதல் சில தவணைகளில் எதிர்பார்த்ததற்கு அதிகமான வட்டி/வருமானம் தருதல்

6. நிறுவனம் செய்த முதலீட்டிலும் தொழிலிலும் வெளிப்படைத் தன்மை இல்லாமை
7. சிக்கலான பணம் வழங்கும் நடைமுறை
8. இயக்குநர்கள்/நிர்வாகிகள் குறித்த வெளிப்படைத்தன்மை இல்லாமை
9. பதிவு செய்யப்படாத திட்டங்கள் மூலம் முதலீடுகளைத் திரட்டுவது
10. முறையான ஆவணங்கள் பராமரிக்கப்படாமை; தெளிவற்ற ஆவணங்கள்.

முதலீட்டு ஆலோசகர்கள் (Investment Advisors/ Consultants)

வழக்கமான வங்கி சார்ந்த முதலீடுகளைத் தவிர வேறு வகையான முதலீடுகளும் உண்டு. அவற்றில் மிகவும் பிரபலமானது பங்குச் சந்தை முதலீடுகள். பெரும்பாலான பங்குச் சந்தை முதலீடுகள், முதலீட்டு ஆலோசகர்கள் மூலமே செய்யப்படுகின்றன. முதலீட்டு ஆலோசகர்கள் முதலீடு செய்வதற்கான வாய்ப்புகளையும் முதலீட்டாளர்களின் தேவை மற்றும் நோக்கத்தைக் கண்டறிந்து, அவர்களுக்கு உரிய ஆலோசனைகளை வழங்குவர். அவர்கள் அதற்கு உரிய கல்வித் தகுதியும், அனுபவமும், தக்க சான்றிதழும் கொண்டவர்கள். அதனால் முதலீடு தொடர்பான அவர்களது ஆலோசனைகள் பயனுள்ளதாக இருக்கும். அதற்கு உரிய கட்டணத்தைப் பெற்றுக்கொள்வார்கள்.

இங்கு கவனிக்கவேண்டியது, அவர்கள் ஆலோசனை மட்டுமே கூறுவார்கள். முதலீடு செய்வது தொடர்பான முடிவுகளை நாம்தான் மேற்கொள்ள வேண்டும். அந்த முடிவுகளுக்கு நாமே பொறுப்பு. அவர்களது ஆலோசனையை ஏற்றுக்கொண்டால் அல்லது வேறு வகையில் முதலீடு செய்ய ஒப்புக்கொண்டால், அதன்படி முதலீடு செய்வது குறித்த வழி முறைகளை மேற்கொள்வார்கள். இந்த நடைமுறையில், இலாப நட்டங்களை நாமே ஏற்க வேண்டும். ஆகையால் அதிக கவனத்துடன் செயல்பட வேண்டும்.

முதலீட்டு ஆலோசகர்களைத் தேர்ந்தெடுத்தல்

1. எந்த வகையான முதலீடு களில் முதலீடு செய்ய விரும்புகிறீர்கள் என்பதை முடிவுசெய்த பின்னர், அவ்வகை முதலீடுகளில் நிபுணத்துவம் பெற்ற ஆலோசகர்களைக் கண்டறிய வேண்டும்.
2. முதலீட்டு ஆலோசகர் களின் தகுதிகள், அனு பவங்கள், நம்பகத் தன்மை போன்றவற்றை ஆய்வு செய்து, அவர்கள் நமக்குப் பொருத்தமானவர்களா என முடிவுசெய்ய வேண்டும்.
3. முதலீட்டு முடிவுகள் எடுப்பதில் நமக்கு எந்த அளவிற்கு வாய்ப்பு வழங்குகிறார்கள், ஈடுபடுத்துகிறார்கள் என்பதையும் கருத்தில்

கொள்ள வேண்டும். நமக்கு அதிக வாய்ப்பு தருபவர்களுக்கு முன்னுரிமை வழங்க வேண்டும்.

4. முதலீட்டு முடிவுகள் எடுக்க யார் அதிக விவரங்களைத் தருகிறார்கள், அவர்கள் எப்படி ஆய்வு செய்கிறார்கள், எவ்வளவு ஆழமாக ஆய்வு செய்கிறார்கள், எதனடிப்படையில் பரிந்துரை செய்கிறார்கள் என்பதையும் புரிந்துகொண்டு, அவர்களைத் தேர்ந்தெடுக்க வேண்டும்.

5. குறிப்பிட்ட ஆலோசகர்கள் மூலம் முதலீடு செய்த முந்தைய முதலீட்டாளர்களின் கருத்துக்களில் பொதுவெளியில் உள்ளவற்றைக் கருத்தில் கொள்ள வேண்டும்.

அசையாச் சொத்துக்களில் முதலீடு

இந்தியர்கள், குறிப்பாகத் தமிழ் நாட்டினர் அசையாச் சொத்துகள் வாங்குவதற்கு முன்னுரிமை கொடுக்கின்றனர். அசையாச் சொத்துகள் வாங்குவதை சிலர் முதலீடாகக் கருதினாலும், பலர் தமது அடிப்படைத் தேவையான "இருப்பிடம்" என்ற அளவிலேயே சொத்துக்கள் வாங்குகின்றனர்.

2011ஆம் ஆண்டின் மக்கள்தொகைக் கணக்கெடுப்பின்படி, இந்தியாவில் சுமார் 87 விழுக்காட்டினர் முறையான வீடுகளில் வசிக்கின்றனர். மற்றவர்கள் வீடற்றவர்களாகக் கருதப்படுகின்றனர். இந்தியாவில் கணக்கிடப்பட்ட வீடுகளில் 45 விழுக்காடு மட்டுமே செங்கல், கற்கள் மற்றும் கான்கிரீட் கொண்டு கட்டப்பட்ட தரமான வீடுகள்; 16 விழுக்காடு கூரை வீடுகளாகவும், 38 விழுக்காடு ஓடு அல்லது கல்நார்களால் கட்டப்பட்டவையாகவும் உள்ளன.

மேலும், இந்தியக் குடும்பங்களில் சுமார் நாற்பது விழுக்காட்டினருக்கு ஒரே ஒரு அசையாச் சொத்து மட்டுமே உண்டு. அவற்றில் விவசாய நிலங்களும் உள்ளடக்கம். சுமார் இருபத்தைந்து விழுக்காட்டினர் ஒன்றிற்கு மேற்பட்ட அசையாச் சொத்துக்களைக் கொண்டுள்ளனர். அவர்கள் அசையாச் சொத்துகள் வாங்குவதை முதலீடாகக் கருதுகின்றனர். மற்றவர்கள், தங்களுக்கென்று சொந்த இருப்பிடம் வேண்டும் என்ற நோக்கிலும், தற்போதை இருப்பிடத்தை

விட மேம்பட்ட இருப்பிடம் வேண்டும் என்ற நோக்கில் மட்டுமே அசையாச் சொத்துக்களை வாங்குகின்றனர். அது அவர்களுக்கு வாழ்வின் முதலும் கடைசியுமான - ஒற்றை முதலீடாகும். ஆகவே அதில் அதிக கவனம் தேவை.

அசையாச் சொத்துக்கள் முதலீட்டில் முதல் கட்டமாக நமக்கு நாமே தணிக்கை முறையைப் பின்பற்றினால் தவறான முதலீடு அல்லது மோசடியான முதலீட்டில் சிக்குவதைத் தவிர்க்கலாம். சில சூழல்களில் தொழில்முறைத் தணிக்கையர் அல்லது வழக்கறிஞர் அல்லது சொத்து ஆலோசகரின் உதவி தேவைப்படலாம். அப்போதும் நமக்கு நாமே தணிக்கை கூடுதல் பலத்தைத் தரும்.

பாரதியார் செய்த தணிக்கை

இந்தியப் புராணங்களுள் நாட்டைப் பணயமாக வைத்து சூதாடிய கதையைப் பெரும்பாலோரும் அறிவர். அது குறித்துப் பல இலக்கியங்களும் படைக்கப்பட்டுள்ளன. தமிழில் உள்ள அத்தகு இலக்கியங்களுள் முக்கியமானது பாரதியார் எழுதிய "பாஞ்சாலி சபதம்". அந்த இலக்கியத்தில், சூதாட்டத்தில் ஒவ்வொன்றாக இழந்த மன்னன், தன் நாட்டைப் பணயமாக வைத்து இழந்ததைப் பாடும்போது கொதித்தெழுகிறார் பாரதியார். "கோயிலில் பூசை செய்வோர் அங்குள்ள சிலைகளை விற்பது போலும், வாயில் காப்போனான காவலாளி வீட்டை சூதில் இழப்பது போலும், நாட்டைச் சூதில் வைத்து இழந்தான்" என அடுக்கிக் கூறுகிறார் பாரதியார். இதன் மூலம் "நாட்டை ஆளும் உரிமை மட்டுமே மன்னனுக்கு உண்டு" என்றும், "அதை விற்கும் உரிமை மன்னனுக்கு இல்லை" என்றும் தணிக்கைக் கருத்துக்களை வெளிப்படுத்துகிறார் பாரதியார்.

உரிமை இல்லாத மன்னன் நாட்டைப் பணயம் வைத்து ஆடியது போல, நம் சொத்துக்களையும் உரிமையில்லாத எவரேனும் விற்கக்கூடும். போலிப் பத்திரம் மூலமும், முறையற்ற அங்கீகாரப் பத்திரங்கள் மூலமும், மோசடி ஆள் மாறாட்டம் மூலமும் அது சாத்தியப்படும். ஆகவே கவனம் தேவை.

அசையாச் சொத்துக்கள் தணிக்கை

கட்டடம் அல்லது கட்டிடம் என எது வாங்கினாலும் அவற்றில் பின்பற்றவேண்டிய அடிப்படைக் கூறுகள் சில உண்டு. அதற்கு நமக்கு நாமே தணிக்கை முறை மூலம் பின்வருவனவற்றை உறுதி செய்து கொள்ள வேண்டும். ஆவணங்கள்/சான்றுகள் மூலம் உறுதி செய்ய வேண்டும்.

1. பொதுவாக வாங்க முற்படும் இடம் சட்டரீதியாக எந்தவித வில்லங்கமும் இல்லாமல் இருக்கிறதா?; அரசு ஆவணங்கள் அதை உறுதிப்படுத்துகின்றனவா?

2. குறிப்பிட்ட நிலம்/கட்டடம் குறித்த முந்தைய பரிவர்த்தனைகள் கால வரையறையில் தொடர்ச்சியாக உள்ளதா?; அதற்கான சட்டப் பூர்வமான ஆவணங்கள் சரியாக உள்ளனவா?

3. நிலம்/கட்டடம் அடமானம் வைக்கப்பட்டுள்ளதா?; மூல ஆவணங்கள் தெளிவாக உள்ளனவா?
4. நிலம்/கட்டடம் விற்பவர்தான் உண்மையான உரிமையாளரா? அதை நம்புவதற்கான ஆவணங்கள் முழுமையாக உள்ளனவா?
5. உரிமையாளரால் அங்கீகரிக்கப்பட்ட நபர் (Power of Attorney) மூலம் விற்கப்படுகின்றதெனில், பொதுப் பத்திர அங்கீகாரமா (General power) அல்லது சிறப்புப் பத்திர அங்கீகாரமா (Special power) என்பதைப் பரிசீலித்து, அவ்வாறு அங்கீகரிக்கப்பட்ட அதிகாரப் பத்திரம் சட்டபூர்வமாகச் செல்லத்தக்கதா? அந்த அதிகாரப் பத்திரம் எவ்வளவு காலம் வரை செல்லத்தக்கது?
6. நிலம்/கட்டடத்தின் சொத்து மதிப்பீடு சரியாகக் கணக்கிடப் பட்டுள்ளதா?
7. பல்வேறு ஆவணங்களிலும் விற்பனை மற்றும் உரிமை கோரும் ஆவணங்களிலும் உள்ள பெயரும் பிற விவரங்களும் ஒத்துப் போகின்றனவா?

கட்டடம் குறித்த சிறப்பு தணிக்கைக் குறிப்புகள்

பின்வரும் விவரங்களின் உண்மைத் தன்மையைத் தக்க ஆவணங்கள் மூலம் உறுதி செய்துகொள்ள வேண்டும்.

1. கட்டடம் கட்ட உரிய அலுவலகத்திலிருந்து முறையான அனுமதி பெற்று கட்டப்பட்டுள்ளதா?
2. அனுமதியளித்த வரைபடம் மற்றும் நிபந்தனைகளுக்கு உட்பட்டுக் கட்டப்பட்டுள்ளதா?
3. குடிநீர், கழிவு நீர், மின் இணைப்பு போன்ற வசதிகளுக்கு முறையான அனுமதிகள் பெறப்பட்டுள்ளனவா?
4. அடுக்குமாடிக் கட்டடத்தின் பிரிக்கப்படாத பங்கின் அளவு (Undivided share) முறையாகக் கணக்கிடப்பட்டுள்ளதா? அதன் அளவு ஏற்புடையதா?

5. ஒப்பந்தத்தில் உள்ளபடி கட்டுமானம் குறித்தும் பயன்படுத்திய பொருட்கள் குறித்தும், பராமரிப்பு செலவு குறித்தும் சரியாக நடைமுறைப்படுத்தப்பட்டுள்ளது?
6. ஒப்பந்தத்தில் குறிப்பிட்டுள்ளதைத் தவிர கூடுதல் செலவு மற்றும் மறைக்கப்பட்ட செலவுகள் ஏதேனும் உள்ளனவா?

நிலத்திற்கான சிறப்புக் குறிப்புகள்	நிலம் மற்றும் கட்டடம் இரண்டிற்கும் பொதுவானவை	கட்டடத்திற்கான சிறப்புக் குறிப்புகள்
1. நிலத்தின் பயன்பாட்டு வரையறை நமக்கு ஏற்புடையதா?	1. வில்லங்கம் எதுவும் உள்ளதா?	1. உரிய அனுமதி பெற்று கட்டப்பட்டுள்ளதா?
2. பாதை முறையாக உள்ளதா?	2. முந்தைய பரிவர்த்தனை ஆவணங்கள் தெளிவாக உள்ளனவா?	2. அனுமதியளித்த வரைபடத்தின்படி கட்டப்பட்டுள்ளதா?
3. நிலத்தில் ஆக்கிரமிப்பு ஏதுமுள்ளதா?	3. விற்பவர் சட்டப்பூர்வமான உரிமையாளர்தானா?	3. குடிநீர், கழிவுநீர், மின் இணைப்பு அனுமதிகள் முறையாக உள்ளனவா?
4. அரசு கையகப்படுத்த வாய்ப்பு உள்ளதா?	4. சொத்து மதிப்பீடு சரியாக செய்யப்பட்டுள்ளதா?	4. பிரிக்கப்படாத பங்கு சரியாகக் கணக்கிடப் பட்டுள்ளதா?
5. நிலத்தை சீர்திருத்த வேண்டுமா?	5. ஆவணங்களில் உள்ள பெயர்கள் சரியாக உள்ளனவா?	5. கட்டுமானம், பராமரிப்பு குறித்த ஒப்பந்த சரத்துகள் சரியாக உள்ளனவா?
6. மழைநீர் வடிகால் முறை சரியாக இருக்கின்றதா?	6. சரியான முறையான அடிப்படை வசதிகள் உள்ளனவா? வாய்ப்பு உள்ளதா?	6. கூடுதல் மற்றும் மறைக்கப்பட்ட கட்டணங்கள் ஏதேனும் உள்ளனவா?

நிலம் குறித்த சிறப்பு தணிக்கைக் குறிப்புகள்

1. நாம் வாங்க விரும்பும் நிலம் குறித்த பயன்பாட்டு வரையறை நமக்கு ஏற்புடையதுதானா? இல்லையெனில் மாற்றம் செய்ய முடியுமா?
2. நிலத்திற்கான வழிப்பாதை தெளிவாகவும், வேண்டிய அளவிலும் இருக்கின்றதா?
3. நிலம் அரசு பயன்பாட்டிற்கென/அல்லது கையகப்படுத்த வாய்ப்பு உள்ளதா? அதற்கான அறிவிப்பு வெளியிடப்பட்டுள்ளதா?
4. நிலத்தைச் சீர்திருத்த வேண்டியதுள்ளதா? அதற்குத் தேவைப்படும் செலவு ஏற்புடையதுதானா?

5. நிலத்தில் மழைநீர் தேங்க வாய்ப்பு உள்ளதா? வாங்கும் பயன்பாட்டிற்கு ஏற்புடையதா?
6. நிலத்தில் ஆக்கிரமிப்பு ஏதேனும் இருக்கிறதா? அதன் பொருட்டு வழக்கு ஏதும் உள்ளதா?

சொத்துக்களை மதிப்பாய்வு செய்தல்

நமது முதலீடுகளையும் சொத்துக்களையும் ஒரு குறிப்பிட்ட கால இடைவெளியில் மதிப்பாய்வு செய்வது முக்கியம். நமது முதலீடுகளின் / சொத்துகளின் அசல் மதிப்பை (வாங்கும்போது இருந்த மதிப்பு) நிகழ்கால மதிப்போடு ஒப்பீடு செய்ய வேண்டும். குறைந்தபட்சம் ஆண்டிற்கு ஒரு முறையாவது இத்தகு ஒப்பீடு செய்ய வேண்டும். நிகழ்கால மதிப்பு அசல் மதிப்பைவிட குறைந்தால், அதனைத் தொடர்ந்து வைத்திருப்பதா அல்லது விற்றுவிட்டு, மதிப்பு உயரும் வகையில் வேறு முதலீட்டை மேற்கொள்வதா என ஆராய வேண்டும். தேவைப்பட்டால், முதலீட்டு ஆலோசகர்களின் உதவியை நாடலாம்.

தாஜ்மஹால் எங்க தாத்தா சொத்து!

சில வருடங்களுக்கு முன்னர், காதலின் சின்னமாகக் கருதப்படும் தாஜ்மஹாலை ஒருவர் விற்றுவிட்டார் என்ற செய்தி பரபரப்பாக இருந்தது. அது எப்படிச் சாத்தியமாகும் என்று கேட்பவர்களுக்காக வேறு ஒரு மோசடி நில விற்பனையைத் தெரிந்துகொள்வோம்.

வட மாநிலம் ஒன்றின் முக்கிய நகரில் நான்கு மாடிகள் கொண்ட அடுக்கு மாடிக் குடியிருப்பை ஒரு வருட காலத்திற்குள் பல முறை விற்கப்பட்டது கண்டுபிடிக்கப்பட்டது. இது அதன் உரிமையாளர்களுக்குத் தெரியாமல் இடைத் தரகர்களால் செய்யப்பட்ட மோசடி. அரசு அலுவலர்கள் சிலரும் அதற்கு உடந்தை.

எந்தப் பத்திரப் பதிவு அலுவலகத்திலும் கட்டடத்தின் பெயரைக் கேட்பதில்லை. அந்த இடத்தின் நில அளவை எண், முகவரி குறித்த விவரம், நான்கு புறமுள்ள எல்லைகள் குறித்த விவரம், இவற்றுடன் உரிமையாளர் குறித்த விவரங்களும், அவர்களின் அடையாள ஆவணங்களும் சரியாக இருந்தால் இடம் விற்கப்பட்டதைப் பதிவு செய்துகொள்ள முடியும். பத்திரப்பதிவு அலுவலரின் கவனக் குறைவினாலோ அல்லது மோசடிக்கு உடன்பட்டாலோ இது சாத்தியம்.

தாஜ்மஹாலையும் அடுக்குமாடிக் கட்டிடங்களையும் மோசடியால் விற்க முடியுமென்றால், நமது நிலங்களும் கட்டடங்களும் மோசடியாக விற்க வாய்ப்பு உண்டு. தாஜ்மஹாலை விற்றவர் பெயர் நட்வர்லால். இவர் வேறு பிரபல கட்டடங்களை விற்றுள்ளார் என்ற செய்திகளும் உண்டு.

முதலீடுகள் மற்றும் சொத்துக்களின் மதிப்பைக் குறிப்பிட்ட கால இடைவெளியில் நமக்கு நாமே தணிக்கை செய்வதன் மூலம், முதலீடுகள்/ சொத்துக்களின் மதிப்பிழப்பு காரணமாக ஏற்படும் இழப்புகளைத் தவிர்க்கலாம்.

பகுதி 2

இன்டர்நெட் பயன்பாட்டுத் தணிக்கை

இன்டர்நெட் பயன்பாட்டுத் தணிக்கை: அறிமுகம்

“என்னுடைய சேமிப்புக் கணக்கு இருக்கும் வங்கியில் இருந்து ஒருவர் கூப்பிட்டு ஓ.டி.பி.யைக் கேட்டார். யோசிக்காம அதைக் கொடுத்திட்டேன். அவ்வளவுதான், என் சேமிப்பு முழுவதையும் திருடிட்டாங்க.”

“என்னுடைய பழைய செல்போனைக் கொடுத்திட்டுப் புது செல்போன் வாங்கினேன். கொடுக்கும்போது, அதில் இருந்த தகவல்களை அழிக்காமல் கொடுத்திட்டேன். அடுத்து நடந்ததைப் பொதுவெளியில் சொல்ல முடியாது.”

“பிள்ளைங்க எந்நேரமும் செல்போனை வைச்சிக்கிட்டே இருக்காங்க. என்ன பண்ணுறாங்கன்னே தெரியவில்லை. தப்பான வழியிலே போயிடுவாங்களோன்னு பயமாக இருக்கிறது.”

“எனக்கு ஏ.டி.எம் கார்டைப் பயன்படுத்தத் தெரியவில்லை. என் மகன்தான் பயன்படுத்துகிறான். ஆனால் அது தப்புன்னு சொல்றாங்க.”

“உங்கள் தொலைபேசி எண்ணுக்கு ஒரு கோடி ரூபாய் பரிசு விழுந்திருக்குன்னு சொல்லி, முன் பணமா 2 லட்சம் கட்டச் சொன்னாங்க. கட்டிட்டேன். அந்த ரெண்டு லட்சத்தை எடுத்துக்கிட்டு காணாமல் போய்விட்டார்கள்.”

இளைஞன் ஒருவன் அப்போதுதான் நீச்சல் பழகி இருந்தான். சிறு குளங்களில் மட்டும் நீந்திய அனுபவம் கொண்ட அவன், உறவினர் வீட்டிற்கு வந்த இடத்தில் ஆற்றில் குளிக்கச் சென்றான். ஆற்றில் நீரோட்டம் அதிகம் இருந்தாலும், நீச்சல் தெரியும் என்ற தைரியத்தில், கரையோரத்தில் குளிக்கலாம் என்று இறங்கினான். முதலில் ஆனந்தமாகக் குளித்தவன், கவனக் குறைவால் நீரோட்டம் அதிகம் உள்ள பகுதிக்குச் சென்றுவிட்டான். நீரோட்டம் அவனின் உயிரோட்டத்தை நிறுத்திவிட்டது.

இன்டர்நெட்டைப் பயன்படுத்துவதும் ஆற்றில் குளிப்பது போன்றதுதான். கரையோரத்தில் பாதுகாப்பாக இருப்பது போன்ற தோற்றம் ஏற்பட்டாலும், நமக்குத்தான் நீந்தத் தெரியுமே என்று கவனக்குறைவாக இருந்துவிட முடியாது. கட்டுப்பாட்டை இழந்து நீரோட்டத்தில் கலந்துவிட வாய்ப்பு உண்டு. சமாளித்து கரையேறுவதற்கும் வாய்ப்பு உண்டு. நீரோட்டத்தில் கரைந்துபோகும் ஆபத்தும் உண்டு. ஆனால், சரியாகவும் முறையாகவும் பயன்படுத்தும்போது அதன் பலன்களை நன்கு அனுபவிக்க முடியும்; ஆபத்துகளைத் தவிர்க்க முடியும்.

ஆபத்துகள் பல இருந்தாலும் இன்டர்நெட் பயன்பாடு குறித்து நாளொரு மேனியும் பொழுதொரு வண்ணமுமாக எண்ணற்ற மோசடிகள் தோன்றிய வண்ணம் உள்ளன. ஆனால், அவற்றைப் பொருட்படுத்தாமல் இன்டர்நெட் பயன்பாடு இந்தியாவில் தொடர்ந்து அதிகரித்துக்கொண்டே இருக்கின்றன. அது எண்ணிக்கையிலும் புதுப் பரிமாணங்களிலும் வளர்ந்துகொண்டே இருக்கின்றது.

இந்தியப் பொருளாதாரத்தில் சுமார் 15 விழுக்காடு மின்னணுப் பொருளாதாரத்தின் (Digital economy) மூலம் பெறப்படுகிறது. மின்னணுப் பொருளாதாரம் இன்டர்நெட் பயன்பாட்டையும், இன்டர்நெட் வழி வர்த்தகத்தையும் (e-Commerce), தகவல் தொடர்புத் தொழில்நுட்பப் (Communication Technology) பயன்பாட்டையும் உள்ளடக்கியது. இந்தியாவில் சுமார் 80 கோடி மக்கள் இன்டர்நெட்டையும், ஸ்மார்ட் போனையும் (Smart phone) பயன்படுத்துகின்றனர். இன்டர்நெட் பயன்படுத்துவோர் அதிகரித்துக்கொண்டே இருக்க, 2022ஆம் ஆண்டில் மட்டும் சுமார் 12 லட்சம் மின்னணுக் குற்றங்கள் இந்தியாவில் நடந்திருக்கலாம் எனக் கணக்கிடப்பட்டிருக்கிறது. நாளொன்றுக்கு சுமார் 3700 மின்னணுத் தாக்குதல்கள் (Cyber Attack) நடப்பதாகவும், அதனால் ஏற்படும் இழப்பு நாளொன்றுக்கு சுமார் 18 கோடி. சராசரியாக ஒவ்வொரு நிமிடத்திற்கும் யாரோ ஒரு இந்தியர் சுமார் 1,25,000 ரூபாயை மின்னணுக் குற்றம் மூலம் இழக்கிறார்.

பெரும்பாலான மின்னணுக் குற்றங்கள் பொருளாதார பாதிப்பு இல்லாமல், வேறு விதமான பாதிப்புகளை ஏற்படுத்துபவை. அது பொய்யான தகவல்கள் பரப்புவது முதல், தகவல்களையும் திருடுவது எனப் பல்வேறு பரிணாமங்களைப் பெறுகின்றன. பெரும்பாலோர் இவ்வகைக் குற்றங்கள் குறித்துப் புகார்கூட அளிப்பதில்லை.

இன்டர்நெட்டைப் பயன்படுத்துகையில் சில முக்கியமான பாதுகாப்பு நடவடிக்கைகளை மேற்கொள்ள வேண்டும்; நமது மதிப்பு மிகுந்த தரவுகளைப் பாதுகாப்பதில் தொடங்கி, தகவல் திருட்டையும் மோசடியையும் தடுப்பது வரையில் கவனமாகக் கையாள வேண்டும். மேலும் மின் - வர்த்தகம், பணப் பரிமாற்றம் செய்வதிலும் மோசடிகள் நிகழ வாய்ப்புகள் உள்ளன. கிரெடிட் கார்டு மற்றும் ஏ.டி.எம் கார்டு போன்றவற்றில் மோசடி செய்வதற்கும் வாய்ப்புகள் உண்டு.

அடிப்படைப் பாதுகாப்பு நடவடிக்கைகள் தவிர, இன்டர்நெட் விளையாட்டுகள் தொடர்பான முன்னெச்சரிக்கை நடவடிக்கைகளும் தேவை. இந்த விளையாட்டுகள் பொழுதுபோக்காகக் கருதப்பட்டாலும், பணத்தையும் உயிரையும் இழக்கும் ஆபத்தான விளையாட்டுகளும் உண்டு. அவை எண்ணற்றவையாக இருப்பதால், அவை ஒவ்வொன்றைப் பற்றியும் பட்டியலிட முடியாது. ஆனால், அதில் உள்ள அடிப்படைக் கூறுகளை அறிந்துகொள்வதாலும், பாதுகாப்புத் தடுப்பு முறைகளைப் பின்பற்றுவதாலும், அவற்றை முறையாகக் கையாள முடியும்.

இன்டர்நெட்டைப் பயன்படுத்தும்போது, முதியோர்களும், பெண்களும், சிறுவர்களும் பின்பற்றவேண்டிய கூடுதல் பாதுகாப்பு நடவடிக்கைகள் பல உண்டு. ஏனென்றால் அவர்கள்தான் அதிகமாக பாதிக்கப்படுகிறார்கள். ஆதலால், அவர்களுக்குப் பாதுகாப்பான இன்டர்நெட் பயன்பாட்டுச் சூழலை ஏற்படுத்தித் தருவது குடும்பத்தினரின் கடமை.

ஆனால், நம்பிக்கை இழக்கத் தேவையில்லை. தக்க முன்னெச்சரிக்கைகளுடனும் தணிக்கை அணுகுமுறையுடனும், இன்டர்நெட்டைச் சிறப்பாகப் பயன்படுத்த முடியும். இன்டர்நெட் பயன்பாட்டைப் பொறுத்த வரையில் முன் தணிக்கை செய்வதே மிகுந்த பலனளிக்கும். எந்த ஒரு செயலையும் செய்யும் முன்னர், சரியாகச் செயகிறோமா என்று உறுதி செய்துகொள்வது முன் தணிக்கையின் முக்கிய அணுகுமுறையாகும். இன்டர்நெட் பயன்பாட்டை தணிக்கை செய்ய சில அடிப்படைத் தொழில்நுட்பங்களை அறிந்திருப்பது உதவிகரமாக இருக்கும்.

நமக்கு நாமே தணிக்கை அணுகுமுறையில் இன்டர்நெட்டைப் பாதுகாப்பாகப் பயன்படுத்துவது எப்படி என்று அறிந்துகொள்வோம்.

மின்னஞ்சலில் வந்த பரிசு

நண்பர் ஒருவர், ஒரு கடையில் பொருட்கள் வாங்கிய உடன் பரிசுக் கூப்பன் ஒன்று வழங்கியிருக்கிறார்கள். அதை நிரப்பினால், கார் மற்றும் பைக் போன்றவை பரிசாகக் கிடைக்கும் என்றிருக்கிறார்கள். அவரும் நிரப்பி இருக்கிறார்.

சில நாட்கள் கழித்து, ஒரு சுற்றுலா/ கேளிக்கைப் பயண நிறுவனத்திலிருந்து ஒரு மின்னஞ்சல் வருகிறது. உங்கள் கூப்பனிற்குப் பரிசு விழுந்திருக்கிறது. குறிப்பிட்ட நாளன்று குறிப்பிட்ட இடத்தில் உள்ள அலுவலகத்திற்கு வரவேண்டும் என்று தெரிவிக்கிறது. அந்த அலுவலகத்திற்குச் சென்றவர்களை வரவேற்று அன்பாக உபசரித்தார்கள். நண்பரைப் போலவே பலரும் குடும்பத்துடன் வந்திருந்தனர். அங்கே அழகான பரிசுப் பொருட்கள் வைத்திருந்தார்கள். நண்பர் குடும்பத்தினரும் ஆர்வத்துடன் இருந்தனர். ஆனால், சற்று நேரத்தில் அவர்களிடம் ஒரு படிவம் கொடுக்கப்படுகிறது. அது, அந்த நிறுவனச் சுற்றுலாத் திட்டத்தில் உறுப்பினராகச் சேர்வதற்கான படிவம்.

பரிசு கொடுப்பதாக அழைத்து, நிறுவனத்தின் சுற்றுலாத் திட்டத்தில் உறுப்பினராகச் சேர்க்கின்றனர். அதற்குக் கட்டணமாகச் சில ஆயிரங்கள் செலுத்தினால் மட்டுமே பரிசு தரப்படும் என்று நிபந்தனை விதித்துள்ளனர், நிறுவனத்தினர். அப்படிப்பட்ட நிபந்தனை எதுவும் மின்னஞ்சலில் தெரிவிக்கப்படவில்லை என்று நண்பர் கூற, நிறுவனத்தினர் பதில் எதுவும் அளிக்கவில்லை. அதனையே காரணமாகக் கொண்டு தப்பி வந்துள்ளார் நண்பர்.

4. மின் சொத்துக்களைத் தணிக்கை செய்தல்

இன்டர்நெட்டிலும், ஸ்மார்ட் போன் செயலிகளிலும், (Apps) சமூக ஊடகங்களிலும் பதிவுசெய்யும் தகவல்கள் எப்போதும் பாதுகாப்பாக இருப்பதில்லை. மின்னணு ஊடகத்தில் நாம் பதிவுசெய்யும் அல்லது பகிரும் தகவல்கள், அந்த நொடியிலிருந்து நம் கட்டுப்பாட்டில் இருப்பதில்லை.

அவற்றைத் தடுப்பதும் மீட்டெடுப்பதும் எளிதல்ல. அது ஆற்றில் கொட்டிய அரிசி போலாகிவிடும். இந்த ஆபத்தான சூழ்நிலைக்கு அலைபேசி, மடிக்கணினி மற்றும் மேசைக் கணினி பயன்படுத்தும் ஒவ்வொருவரும் உள்ளாகின்றனர். கூடுதலாக, அவற்றைப் பயன்படுத்தாத சிலரும், அவை பயன்படுத்தும் சூழலில் இருக்கும் போது, அது போன்ற ஆபத்துக்களைச் சந்திக்கின்றனர்.

இந்த நவீன யுகத்தில் தொழில்நுட்பக் கருவிகள் பயன்பாடு அதிகரித்துள்ள சூழலில், தனிப்பட்ட விவரங்களும் சொத்துக்களே! தனிப்பட்ட விவரங்களைப் பிறர் தவறாகப் பயன்படுத்த வாய்ப்பு உள்ளதால், அவற்றைப் பாதுகாக்கவேண்டிய கட்டாயம் எழுகிறது. தனிப்பட்ட தகவல்கள் மட்டுமல்ல, தனிமையில் செய்யும் செயல்கள் குறித்த தகவல்களைத் தவறான முறையில் பெற்று அதனை வைத்து மிரட்டுவது உட்பட பல்வேறு சட்ட விரோத செயல்களுக்கும் வாய்ப்பு உள்ளதால், தனிப்பட்ட விவரங்களைப் பாதுகாப்பது முக்கியமாகிறது.

தனிப்பட்ட விவரங்கள் எவை என்பதைப் புரிந்துகொள்ள வேண்டும். நமது பெயர் மற்றும் ஊர் போன்றவை தனிப்பட்ட தகவல்கள் எனினும், அவை பெரும்பாலோருக்கும் தெரிந்திருக்க வாய்ப்பு உண்டு. அவற்றையும் பாதுகாக்க விரும்பினால், நாம் இன்டர்நெட்டையும், இன்டர்நெட் மூலம் செயல்படும் பல

செயலிகளையும் பயன்படுத்தாமலே இருக்க வேண்டும். மாற்றாக, புனை பெயரைப் பயன்படுத்தலாம். பெயர் மற்றும் ஊர் குறித்த தகவல்களை மட்டும் கொண்டு பெரிதும் தீங்கிழைக்கும் செயல்களை இன்டர்நெட் மூலம் செய்வது அரிது. ஆயினும் அவற்றை முறைப்படி பயன்படுத்துவது முக்கியம்.

பாதுகாக்கப்படவேண்டிய தனித் தரவுகள் (Personal data):

இந்தியாவின் டிஜிட்டல் தனிப் பட்ட தரவு பாதுகாப்பு சட்டம் 2023 (The Digital Personal Data Protection Act 2032) தனித் தரவுகளை வரையறை செய்கிறது. அதன்படி, ஒருவரது உடல் சார்ந்த தகவல்களும், அந்தரங்கத் தகவல்களும், சட்டத்திற்கு உட்பட்டு மற்றவர்களுக்குப் பகிரத் தேவையற்ற தகவல்களும் தனித் தரவுகள் என்ற வரையறைக்குள் அடங்கும். பாதுகாக்கப்படவேண்டிய தகவல்கள் யாவை என்பதையும் அவற்றை ஏன் பாதுகாக்க வேண்டும் என்ற காரணத்தையும் அறிந்துகொள்வது மிக முக்கியம். ஒரு தகவலைப் பாதுகாக்கப் பல்வேறு காரணங்கள் இருக்கலாம். அவற்றுள் பலவீனமாகவும், அதிக அளவில் தவறாகப் பயன்படுத்தவும் வாய்ப்பு உள்ள தகவல்கள் மட்டும் இங்கே பட்டியலிடப்பட்டிருக்கின்றன.

தனி விவரச் சொத்துக்கள்

நாம் மட்டுமே அறிந்திருக்க வேண்டிய தகவல்கள். மற்றவர்களுக்குத் தெரிவதால் நம்முடைய பாதுகாப்பிற்கும், கௌரவத்திற்கும், நம் சொத்துக்களுக்கும் பாதிப்பு உண்டாக்குபவைத் தனித் தகவல்கள் ஆகும். நம் அடிப்படை உரிமைகளைப் பாதிப்பவையும் தனித் தகவல்கள் தான்.

எண்	தனிப்பட்ட தகவல்கள்	ஆபத்து விளைவிக்கும் செயல்கள் வாய்ப்புகள்
1	முகவரி	சட்ட விரோதச் செயல்களுக்குப் பயன்படுத்தல். ஆள் மாறாட்டத்திற்குப் பயன்படுத்தல். நேரடித் திருட்டு.
2	வயது	ஆள் மாறாட்டம் செய்தல், தனியுரிமையைப் பாதிக்கும், ஆபத்து விளைவிக்கும் (குறிப்பாக பெண்கள் மற்றும் குழந்தைகளுக்கு).
3	குடும்ப உறுப்பினர்கள்	அவர்களின் தனி உரிமைகள் பாதிக்கப்படும், உரு மாற்றப் படங்கள், அவர்களைத் தொந்தரவு செய்தல், அடையாளங்களைத் தவறாகப் பயன்படுத்தல்.

எண்	தனிப்பட்ட தகவல்கள்	ஆபத்து விளைவிக்கும் செயல்கள் வாய்ப்புகள்
4	அலைபேசி எண்	தேவையற்ற விளம்பரங்கள், சட்ட விரோதச் செயல்களுக்குப் பயன்படுத்தல்.
5	மின்னஞ்சல் (இ-மெயில்) முகவரி	தேவையற்ற விளம்பரங்கள், முக்கியத் தகவல்களைத் திருடுதல், மின்னஞ்சலை முடக்குதல்.
6	சொத்து விவரங்கள்	சொத்து மோசடி செய்தல், ஆவணங் களைத் தவறாகப் பயன்படுத்திக் கடன் வாங்குதல்.
7	மருத்துவக் குறிப்புகள்	மருந்து நிறுவனங்களுக்கு விற்றல், பொது வெளியில் பரப்பி நெருக்கடிக்கு உள்ளாக்குதல், காப்பீடு மோசடி.
8	தனிப்பட்ட படங்கள்	படங்களை உருமாற்றம் செய்தல், மிரட்டிப் பணம் பறித்தல். சட்ட விரோதச் செயல் களுக்குப் பயன்படுத்தல்.
9	அலுவல் உத்தி (Strategy) தொடர்பானவை	முக்கிய உத்திகளைப் போட்டியாளர்கள் பயன்படுத்துவர். அலுவல் பணியைச் சீர்குலைக்க வாய்ப்பு உண்டு.
10	அந்தரங்கப் படங்கள் செயல்பாடுகள்	உருமாற்றம் செய்தல், மிரட்டிப் பணம் பறித்தல், மீட்புத் தொகை கேட்டல்.
11	பயணம் தொடர்பானவை	பின் தொடர்தல், வழிப்பறி செய்தல், உடல் ரீதியாகத் தொந்தரவு செய்தல், வீட்டில் திருடுதல், குடும்ப உறுப்பினர்களுக்குத் தொந்தரவு தருதல்.
12 13 14	வருமானம் தொடர்பானவை வரிக் கணக்கு எண் தொடர்பானவை வங்கிக் கணக்கு/ கடன் அட்டை தொடர்பானவை	பணம் திருட்டு, சட்டவிரோத/தவறான செயல்களுக்குப் பயன்படுத்தல், தனித் தகவல்களைத் திருடி மிரட்டுதல், வருமான மூலங்களை அறிந்து நெருக்கடி தருதல், முறையற்ற பணம்/வர்த்தகப் பரிமாற்றம், வங்கிக் கணக்கை முடக்குதல், நிதி முதலீடுகளைக் கையகப்படுத்துதல்/ முடக்குதல்.

எண்	தனிப்பட்ட தகவல்கள்	ஆபத்து விளைவிக்கும் செயல்கள் வாய்ப்புகள்
15	செயலிகளின் பாஸ்வேர்ட் (Password)	செயலிகளை முடக்குதல், தவறான தகவல்களைப் பதிவிடுதல், பணத் திருட்டு, மீட்புத் தொகை கேட்டல்
16	குடும்ப அட்டைத் தகவல்கள்	ஆள் (அடையாள) மாற்றம் செய்தல், சட்ட விரோதச் செயல்களுக்குப் பயன்படுத்துதல். அரசு தரும் உதவிகளைத் தவறாகப் பெறுதல்.
17	இன்டர்நெட்டில் தேடுபவை (Browsing History)	தேடல் வரலாறு தவறாகப் பயன்படுத்தப் படலாம், மிரட்டிப் பணம் பறிக்கும் வாய்ப்பை உருவாக்கும், சமூக மதிப்பைச் சிதைக்கும்.
18	பிறர் நம்பிக்கையோடு பரிமாறிய தகவல்கள்	மந்தணத் தகவல்களைப் பொதுவெளியில் வெளியிடுதல், தகவல்களைத் திருடி மிரட்டுதல், நெருக்கடிக்கு உள்ளாக்கல், உறவு/நட்புகளைச் சிதைத்தல்.
19	மந்தணமான (Cofidential) ஆவணங்கள்	மந்தணத் தகவல்களைப் பொதுவெளியில் வெளியிடுதல், தகவல் திருடி மிரட்டுதல், தனிப்பட்ட/அலுவலக வாழ்வில் நெருக்கடிக்கு உள்ளாக்கல், பொது வெளியில் அவமானப் படுத்துதல்.
20	பிற தனிப்பட்ட/அந்தரங்கத் (Private) தகவல்கள்	

மேற்கண்ட தகவல்களை இன்டர்நெட் தொடர்புள்ள கருவிகளில் பயன்படுத்தும்போது மிகக் கவனமாக இருக்க வேண்டும். அவற்றைப் பதிவு செய்யும்போதும் பகிரும்போதும், அவை தொடர்பான ஆபத்துகளை நன்கு உணர்ந்து, பகிர்வது பாதுகாப்பானதுதானா என்பதை உறுதி செய்த பின்னரே, பகிர வேண்டும்.

மேற்கண்ட தகவல்கள் இன்டர்நெட் தொடர்பு கொண்ட எந்த ஒரு கருவியிலிருந்தும் பொது வெளிக்குக் கசிந்துவிடுகின்ற ஆபத்து உண்டு. அது நான்கு நிலைகளில் நிகழ வாய்ப்பு உண்டு. முதல் நிலையில், ஒருவர் தாமாக விருப்பப்பட்டு பகிர்வது, இரண்டாம் நிலையில், நமக்குத் தெரியாமல், இன்டர்நெட் தொடர்பு கொண்ட எந்த ஒரு கருவியிலிருந்தும் கசிந்துவிடுவது. மூன்றாம் நிலையில், நமது கருவிகளிலிருந்தும், பயன்படுத்தும் செயலிகளிலிருந்தும் நம்முடைய தனிப்பட்ட தகவல்களைத் திருடுவோரும் உண்டு. அடுத்த நிலையில், திட்டமிட்டு நம்மை மோசடி வலையில் சிக்கவைக்கும் மோசடிப் பேர்வழிகளும் உண்டு.

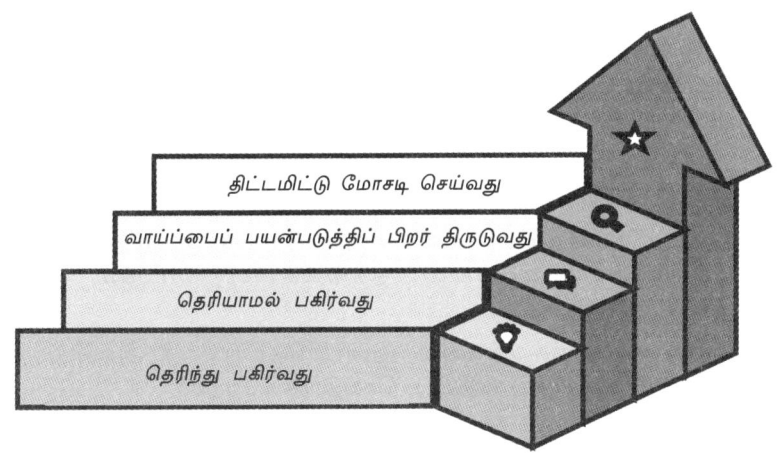

ஆகவே அவற்றிலிருந்து நம்முடைய தனித் தகவல் சொத்துக்களைப் பாதுகாத்துக்கொள்வது மிக முக்கியம். அவற்றைப் பாதுகாக்கத் தேவையான தணிக்கை வழிமுறைகளை அறிந்துகொள்வோம்.

தனித் தரவுகளைப் பாதுகாப்பாகப் பதிவுசெய்தல்

கீழ்க்கண்ட பாதுகாப்புக் கருத்துக்களை உறுதி செய்துகொள்ள வேண்டும்.

1. இணையதளத்தைப் (Website) பயன்படுத்துவதில் "https" என்று தொடங்கும் இணையதளங்கள் "http" எனத் தொடங்கும் இணையதளங்களைவிட அதிக பாதுகாப்பானவை. இதில் உள்ள 's' என்ற எழுத்து secure என்பதைக் குறிக்கும்.
2. இணையதளத்தைத் தேடும்போது, "இந்த இணையதளம் பாதுகாப்பானது அல்ல" என்றோ, "உரிய பாதுகாப்பு சான்றிதழ் பெறவில்லை" என்று வரும் எச்சரிக்கை அறிவிப்புகளைப் புறக்கணிக்காதீர்கள்.
3. இன்டர்நெட்டிலும் செயலிகளிலும் சரியான பயனாளர் பெயரும் (User Name) பாஸ்வேர்டைப் (Password) பயன்படுத்துகிறோமா?
4. பயன்படுத்தும் இணையதளமும், செயலியும் (App), நெட்வொர்க்கும் (Network) பாதுகாப்பானதா?
5. பயன்படுத்தும் மின்னணுக் கருவிகளில் (Electronic equipments) இணையதளங்களும், செயலிகளும் திரைக்குப் பின்னால் செயல்படுவதைத் தடுத்திருக்கிறோமா? பெரும்பாலான செயலிகள் இயல்பாகவே, பின்புலத்தில் இயங்குபவை. நாமாக

நிறுத்தும் வரை, இந்த செயலிகள் நமது தகவல்களைச் சேகரித்து அந்த செயலியைக் கட்டுப்படுத்தும் நிறுவனங்களுக்குப் பகிர்ந்து கொண்டே இருக்கும். கூடுதலாக, 'இன்டர்நெட் டேட்டாவைப்' பயன்படுத்திக்கொண்டே இருக்கும்.

6. பயன்படுத்தும் செயலிகளும், இணையதளங்களும் பாதுகாப்பானவை தானா? உரிய பாதுகாப்புச் சான்றிதழ் பெற்றவைதானா?
7. இன்டர்நெட்டிலும் செயலிகளிலும் தேவைக்கு ஏற்ப குறைந்த பட்சமான தனிப்பட்ட தகவல்களை மட்டும் பதிவு செய்திருக்கிறோமா?
8. தேவையற்ற தகவல்களை இன்டர்நெட்டிலோ அல்லது நம் கருவியிலோ பதிவு/மதிப்பு செய்திருக்கிறோமா?
9. பொதுவிடத்தில், இலவசமாகக் கிடைக்கும் நெட்ஒர்க்கைப் பயன்படுத்தாமல் தவிர்த்திருக்கிறோமா?
10. ஸ்மார்ட்போன் போன்றவற்றைத் தொலைத்துவிட்டால், அதனைக் கண்டுபிடிக்க அல்லது முடக்க, அதன் 'ஐ.எம்.இ.ஐ' எண்ணைக் குறித்து வைத்திருக்கிறோமா?

மேற்கண்ட கேள்விகளுக்கு 'ஆம்' என்ற விடை கிட்டினால், நம்முடைய தகவல்கள் பாதுகாப்பாக இருப்பதற்கு வாய்ப்புகள் உள்ளதாக நம்பலாம். ஆனால் அவற்றை உறுதி செய்ய இன்டர்நெட் மற்றும் நெட்ஒர்க் குறித்த அறிவும், நாம் பயன்படுத்தும் கருவி குறித்த முழுமையான புரிதலும் இருக்க வேண்டும்.

அன்றைய வழக்கம்		இன்றைய வழக்கம்
ஆண் பெண்ணிடம்: வருமானத்தைச் சொல்லக் கூடாது 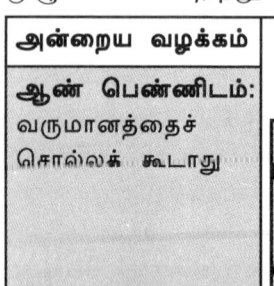 பெண் ஆணிடம்: வயதைச் சொல்லக் கூடாது		இரு பாலரும்: வயது, வருமானம், முகவரி, ஏ.டி.எம்/கிரெடிட் கார்டு தகவல்கள், மருத்துவத் தகவல்கள், பி.ஐ.என்/பாஸ்வேர்ட் என எதையும் இன்டர்நெட்டில் யாரிடமும் கூறக்கூடாது.

தகவல் திருட்டிற்கு எதிரான நடவடிக்கைகள்:

முன் தணிக்கை அணுகுமுறையில் இன்டர்நெட்டைப் பயன் படுத்தும்போது கீழ்கண்டவற்றைப் பின்பற்றி இருக்கிறோமோ என்பதை உறுதி செய்துகொள்ள வேண்டும்.

1. இணையதளங்களையும் செயலிகளையும் பாதுகாப்பு இல்லாமல் பயனாளர் பெயரும் பாஸ்வேர்டைப் பயன்படுத்துவதைத் தவிர்க்க வேண்டும்.
2. நன்கு அறிமுகம் ஆகாத நபர்களுடன் தனிப்பட்ட தகவல்களைப் பகிரக்கூடாது.
3. சமூக ஊடகங்களில் தனது சரியான தகவல்கள் மற்றும் புகைப்படம் வெளியிடாமல், முகமூடி அணிந்து, புனை பெயரில் உலவுவோரிடம் தனிப்பட்ட தகவல்களைப் பகிர்வதைத் தவிர்க்க வேண்டும்.
4. ஆசை காட்டி மின்-தூண்டலாக (பரிசு கிடைத்துள்ளது, வெற்றி பெற்றுள்ளீர்கள்) என வரும் இ-மெயிலில் உள்ள இணைப்புகளைக் 'கிளிக்' செய்வது. இது அனைத்து தேவையற்ற இ-மெயில்களுக்கும் பொருந்தும்.
5. நன்கு பரிட்சயமில்லாத, அறிமுகமில்லாத செயலிகளைப் பதிவிறக்குவதைத் தவிர்க்க வேண்டும்; அப்படி பதிவிறக்கம் செய்தாலும், அதில் நம் தனிப்பட்ட தகவல்களைப் பகிரக்கூடாது.
6. முக்கியமான செயலிகள், குறிப்பாகப் பணப் பரிவர்த்தனை செய்யும் செயலிகளின் பயனாளர் பெயரையும் பி.ஐ.என்.னையும் தனது ஸ்மார்ட்போனில் சேமித்து வைக்கக்கூடாது; அல்லது மிகவும் பாதுகாப்பான முறையில் சேமித்து வைக்க வேண்டும்.
7. அனைத்து இணையதளங்களுக்கும், செயலிகளுக்கும் ஒரே பயனாளர் பெயரையும் பாஸ்வேர்டையும் பயன்படுத்துவதைத் தவிர்க்க வேண்டும். பி. ஐ. என் அல்லது உயிரளவியல் (biometrics) பாதுகாப்பில்லாமல் ஸ்மார்ட்போன், மடிக்கணினி போன்றவற்றைப் பொது இடத்தில் மற்றவர் பயன்படுத்தும் வகையில் விட்டுச் செல்லக்கூடாது. அலுவலகமும் ஒரு விதத்தில் பொது இடமே!
8. இணையதளங்கள் உங்கள் தரவுகளைச் சேகரிக்கவும், இருப்பிடத் தகவலை சேகரிக்கவும் அனுமதி கேட்கும்போது, கட்டுப் பாடில்லாத முழுமையான அனுமதி கொடுப்பதைத் தவிர்க்க வேண்டும். இணையத்தையும், செயலியையும் பன்படுத்தும் போது தேவையான அளவிற்கு மட்டுமே அனுமதிக்க வேண்டும்.
9. பழைய கருவிகளை விற்கும்போதும் மறு சுழற்சிக்குக் கொடுக்கும் போதும், அவற்றைத் தரவுகளோடு கொடுக்கக்கூடாது. அழித்துவிட்டுக் கொடுத்தாலும் தகவல்களை மீட்டெடுக்க முடியும். அதேவேளையில் பொய் தகவல்களைக் (Dummy data) கொண்டு மேலெதிவிட்டுத் (Over writing) தருவது பாதுகாப்பானது. (Format செய்வது மட்டும் போதாது - கடைசியாக இருந்த தரவுகளை மீட்டெடுக்க முடியும். அவற்றை அழித்த பின்னர்

அவற்றில் தேவையற்ற/குப்பைத் தகவல்களைப் பதிவு செய்வது நல்லது)

இன்டர்நெட் மோசடியைத் தவிர்க்கவேண்டிய செயல்கள்

1. பணப் பரிவர்த்தனையை உறுதி செய்வதற்காக வரும் ஒரு முறை பயன்படும் ஓ.டி.பியைப் பிறருக்குப் பகிர்வது.
2. மின் தூண்டலாக வரும் மின் அஞ்சல்களையும் (Physhing), குறுஞ்செய்திகளையும் (Smishing-sms-physhing) பின்தொடர்வது; அதில் வரும் இணைப்புகளை கிளிக் செய்வது.
3. போலி இணையதளங்களைப் (Website spoofing) பயன்படுத்துவது.
4. மோசடியாக வரும் தொலைபேசி அழைப்புகளை/ மின்னஞ்சல்களை ஏற்று, அதன்மேல் ஆசைப்பட்டு செயல்படுவது.
5. உதவுவதாகக் கூறி வலைதளம் மற்றும் செயலிகளின் பயனாளர் பெயர் மற்றும் பாஸ்வேர்ட் போன்றவற்றை கேட்பவர்கள் பலருண்டு. அவர்களிடம் பகிர்வது.
6. இணையதளக் கணக்கு முடக்கப்பட்டுள்ளது என்றும், முடக்கப்பட்ட கணக்கை மீட்க உதவுவதாக வரும் அழைப்பு மற்றும் உதவிகளை ஏற்பது.
7. அதிக பின்தொடர்வோரைப் (Followers) பெற்றுத் தருவதாக ஆசை காட்டி, அதற்காகப் பயனாளர் பெயர் மற்றும் பாஸ்வேர்டைப் பகிரும்படியான வேண்டுகோளை ஏற்பது.
8. இன்டர்நெட்டிலும் செயலிகளிலும் பாதுகாப்பு தொடர்பாகத் தாங்கள் பின்பற்றும் வழிமுறைகளைப் பின்னூட்டமாகப் பிறருக்கு பதிலளிப்பது.
9. "இருட்டு வலை" எனப்படும் 'டார்க் வெப்' வலைதளங்களிலிருந்து வரும் இணைப்புகளைக் கிளிக் செய்வது; அவற்றில் தகவல்களைப் பகிர்வது.
10. "இருட்டு வலை" எனப்படும் டார்க் வெப் வலைத்தளங்களிலிருந்து பொருட்களையும் சேவையையும் பெற முயற்சிப்பது.

மேற்கண்ட மூன்று சூழல்களிலும் கவனிக்கவேண்டிய ஒன்று உண்டு. தற்போது பெரும்பாலான வங்கிகளும் பிற செயலிகளும் 'இரு படிநிலை அனுமதியளித்தல்' (Two factor authentication) என்ற முறையைப் பின்பற்றுகின்றன. அதாவது இன்டர்நெட்டில்/ செயலியில் 'பயனாளர் பெயர் மற்றும் பாஸ்வேர்ட்' என்ற அனுமதியளிக்கும் முறையோடு, குறுஞ்செய்தி மூலமாக 'ஒரு முறை பயன்படும் ஓ.டி.பி' பகிர்கின்றன. அவற்றைப் பதிவுசெய்தால் மட்டுமே இன்டர்நெட்

பதிவும் பரிவர்த்தனையும் நிறைவுபெறும். அது நல்ல பாதுகாப்பு அணுகுமுறை. இந்த முறையையும் தவறாகப் பயன்படுத்த மோசடி செய்பவர்கள் முனைகிறார்கள். அந்த மோசடி மன்னர்கள் நம்மை அழைத்து குறுஞ்செய்தியில் வந்த எண்ணைப் பகிரக் கேட்கிறார்கள். அவ்வாறு பகிர்ந்த உடன் நம்மிடமிருந்து பணம் அல்லது தகவல்கள் திருடப்படும். இங்கே முக்கியமாக கவனிக்கவேண்டியது, அந்த ஒரு முறை பயன்படும் 'ஓ.டி.பி' யை யாரிடமும் பகிரக்கூடாது என்பது முக்கியம். **இந்த வித 'ஓ.டி.பி'க்கள் பயனாளர் மட்டும் நேரடியாகப் பயன்படுத்தும் வண்ணம் உருவாக்கப்பட்டுள்ளன.** அவை மற்றவர்களின் பயன்பாட்டிற்கு அல்ல. இதனை உணர்ந்து மற்றவர்களிடம் பகிர்வதை முற்றிலும் தவிர்க்க வேண்டும்.

முகமூடி அணிந்த நபர்கள் நம்மை இன்டர்நெட்டில் நோட்டம் விட்டுக் கொண்டே இருக்கிறார்கள்! கவனம்!!

மேற்கண்ட செயல்களை, முன் தணிக்கையாக முதலிலேயே தவிர்த்து விடுவது நல்லது. ஆனாலும், குறிப்பிட்ட கால வரையறையில் சில மணித்துளிகள் செலவு செய்து, நாம் இத்தகைய செயல் களில் ஈடுபட்டிருக்கிறோமா என்று தணிக்கை செய்துகொள்வது மிக முக்கியம். வழக்கமாக, சிக்கலான மற்றும் ஆபத்து மிக்க விசயங்களில், 'நாம் ஈடுபடவில்லை; நாம் பாதுகாப்பாக இருக்கிறோம்' என நமக்கு நாமே நம்பிக்கொள்வோம். ஆனால், அத்தகைய நம்பிக்கை மட்டும் போதுமானதல்ல. மேற்குறித்த எல்லாச் சூழல்களையும் ஆய்வு செய்து, அவற்றை உறுதிப்படுத்துவதற்கான சான்றுகளை நமக்கு நாமே சரிபார்த்துக்கொள்ள வேண்டும். இல்லையெனில் நாம் ஆபத்தான சூழ்நிலையில் செயல்படுகிறோம் என்றும், மற்றவர்கள் நம் தனிப்பட்ட தகவல்களைத் திருடவும் மோசடி செய்யவும் வாய்ப்பளிக்கிறோம் என்றும் பொருள்.

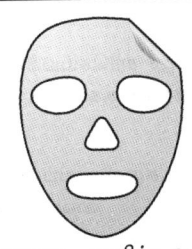

பின்பற்றவேண்டியவை	தவிர்க்கவேண்டியவை
பயனாளர் பெயர்; பாஸ்வேர்டைப் பயன்படுத்தும் கட்டுப்பாடுகள் கொண்ட இணையதளங்கள்/ செயலிகளைப் பயன்படுத்துவது	பயனாளர் பெயர்; பாஸ்வேர்ட் கேட்காத இணையதளங்கள்/ செயலிகளில் முக்கிய பணிகளைச் செய்வது; தகவல்களைப் பகிர்வது
பாதுகாப்பான நெட்வொர்க்கைப் பயன்படுத்துவது	பொது வெளியில் உள்ள நெட்வொர்க்கைப் பயன்படுத்துவது

பின்பற்றவேண்டியவை	தவிர்க்கவேண்டியவை
குறைந்த பட்ச/தேவையான தகவல்களை மட்டும் பதிவிடுவது	மிக முக்கியமான தகவல்களைப் பொதுவெளியில் பகிர்வது
ஒரு முறைக்கான ஓ.டி.பி யை நாம் மட்டுமே பயன்படுத்துவது	ஒரு முறைக்கான ஓ.டி.பி. யைப் மற்றவர்களிடம் பகிர்வது
தெரிந்த/நம்பகத் தன்மை உடைய செயலிகளை மட்டும் பயன்படுத்துவது	ஆபத்தான/பாதுகாப்பற்ற செயலியைப் பயன்படுத்துவது
இணையதளம் சரியானதுதானா என்பதை உறுதி செய்துகொள்வது	போலி இணையதளங்களைப் பயன்படுத்துவது
சொந்த/நம்பகத் தன்மையான நெட்வொர்க்கை மட்டும் பயன்படுத்துவது	தெரியாதவர்களின்/மற்றவர்களின் நெட்ஒர்க்கை/வைஃபையைப் பயன்படுத்துவது
பழுதைச் சரிசெய்யக் கொடுக்கும் போது முக்கியத் தகவல்களை நீக்குவது.	பழுதைச் சரிசெய்ய போன் அல்லது கணினியைத் தரும்போது முக்கியத் தகவல்களோடு தருவது
கருவியைப் பாதுகாப்பாக வைத்துக்கொள்வது	கருவியைத் தொலைப்பது/ திருட வாய்ப்பளிப்பது
ஐ.எம்.இ.ஐ எண்ணைக் குறித்து வைத்துக்கொள்வது	ஸ்மார்ட்போன், கணினியைப் பயன்படுத்தும்போது மற்றவர்களைப் பார்க்க அனுமதிப்பது

அடுத்து முக்கியமாகக் கவனிக்கவேண்டியது, மிக முக்கியமான தகவல்களை வலை மூலமாகவும், பிற செயலிகள் மூலமாகவும் பகிரும் போது, அவை மறையாக்கம் செய்யப்பட்டுள்ளாதா (Encryption) என்பதையும் உறுதி செய்துகொள்ள வேண்டும். இல்லையெனில், தகவல்கள் இணைப்பில் பயணிக்கும்போது, பிறர் குறுக்கீடு செய்து, தகவல்களை அறிந்துகொள்ளவும், அத்தகவல்களை மாற்றவும் முடியும். அத்தகு பயனுள்ள தகவல்களைக் குறுக்கீடு செய்து கைப்பற்றி, அதன் மூலம் பணம் ஈட்டும் வழிகள் பல உண்டு. அவற்றைப் பயன்படுத்திக்கொள்ளக் கண்ணில் புலப்படாத பலர் நம்மை எல்லாக் காலமும் கவனித்துக்கொண்டே இருக்கிறார்கள். அவற்றில் சிக்காமல் இருப்பது ஒரு சந்தர்ப்ப வசத்தால் மட்டுமே! சிக்கிக்கொண்டால் அதன் விளைவுகள் மோசமாகக்கூட இருக்கலாம்.

ஏ.டி.எம் மற்றும் கிரெடிட் கார்டுகளைப் பயன்படுத்துதல்:

தற்காலத்தில் ஏ.டி.எம் கார்டுகளும் கிரெடிட் கார்டுகளும் அதிகப் பயன்பாட்டில் உள்ளன. ஆனால், கவனமாகப் பயன்படுத்தாவிடில்

அவற்றின் பயன்பாட்டிலும் சில ஆபத்துகள் உண்டு. பண மோசடி களுக்கும், திருட்டுகளுக்கும் இரண்டு வகை அட்டைகளிலும் வாய்ப்பு உண்டு.

ஏ.டி.எம்/ கிரெடிட் கார்டுகளைப் பாதுகாப்பாக வைத்திருத்தல்

1. 'மேக்னெட்டிக் ஸ்டிரிப் மற்றும் மைக்ரோ சிப்' உள்ள அட்டைகளை மட்டும் பயன்படுத்துங்கள். உங்களின் படம் பதித்த அட்டைகளைப் பெற்றால் கூடுதல் பாதுகாப்பாக இருக்கும்.

2. ஏ.டி.எம் கார்டுகளும் கிரெடிட் கார்டுகளும் எப்போதும் நம்மிடம் பாதுகாப்பாக வைத்திருக்க வேண்டும்; எப்போதும் யாரிடமும் கொடுக்கக்கூடாது.

3. பி.ஐ.என் எண்ணை யாரிடமும் பகிரக்கூடாது; குறித்த கால இடைவெளியில் மாற்ற வேண்டும். அட்டையில் அதை எழுதி வைக்கக்கூடாது.

4. இரண்டு நிலை பாதுகாப்பு கொண்ட பரிவர்த்தனைகளை மட்டும் செய்ய வேண்டும். அதாவது முதல் நிலையில் பயனாளர் பெயரும், பி.ஐ.என் (PIN) பயன்படுத்துதல்; இரண்டாவது நிலையில் ஓ.டி.பி மூலம் உறுதிப்படுத்தல். பல வெளிநாடுகளில் 'பி.ஐ.என் (PIN)' இல்லாமலும், ஓ.டி.பி இல்லாமலும் பரிவர்த்தனை செய்யும் நடைமுறை உள்ளன. அது போன்ற வற்றைத் தவிர்க்க வேண்டும்.

5. ஏ.டி.எம்/கிரெடிட் கார்டுகள் குறித்த விவரங்களை யாரிடமும் தெரிவிக்கக்கூடாது.

6. ஏ.டி.எம்/கிரெடிட் கார்டுகளைப் பெற்ற உடன் செயலாக்கம் (Activate) செய்ய வேண்டும்; உரிய இடத்தில் கையொப்பம் இட்டு வைத்துக்கொள்ள வேண்டும்.

7. நம்பிக்கை இல்லாத இணையதளங்களிலும் செயலிகளிலும் பயன்படுத்த வேண்டாம்.

கிரெடிட் கார்டு

8. பொது கணினிகளிலும் பொது இன்டர்நெட் இணைப்பிலிருந்தும் ஏ.டி.எம்/ கிரெடிட் கார்டுகளைப் பயன்படுத்திப் பணப் பரிமாற்றம் செய்ய வேண்டாம்.

9. இரண்டு அட்டைகளிலும் புகார் தெரிவிக்கவேண்டிய முகவரி, மின்னஞ்சல், தொலைபேசி எண் போன்றவற்றை எப்போதும் உடன் வைத்திருக்க வேண்டும்.

10. பொது இடங்களில் கடைகளில் பரிசுக் கூப்பன்கள் தருகிறோம் என்று கேட்போரிடம் எந்த அட்டையின் விவரத்தையும் பகிரக் கூடாது.

கிரெடிட் கார்டுகளைப் பாதுகாப்பாகப் பயன்படுத்தல்

1. கிரெடிட் கார்டுகள் மூலம் செலவு செய்வதைக் குறைந்தபட்சமாக வைத்துக்கொள்ள வேண்டும்; அத்தியாவசியத் தேவைக்கு மட்டும் பயன்படுத்த வேண்டும்.

2. குறித்த காலத்திற்குள் கிரெடிட் கார்டின் முழுத் தொகையையும் செலுத்துவது நல்லது; சிக்கனமானது.

3. கிரெடிட் கார்டின் அதிகபட்ச அளவிற்குப் பயன்படுத்த வேண்டாம்; 50 விழுக்காட்டிற்கும் குறைவாகப் பயன்படுத்துவது பாதுகாப்பானது.

4. மாதாந்திரக் கடன் அறிக்கையைச் (ஸ்டேட்மென்ட்) சரி பாருங்கள். செலவு செய்த தொகைகளும், செலுத்திய தொகைகளும் சரியாகக் கணக்கில் பதிவுசெய்யப்பட்டுள்ளதா என ஆய்வுசெய்ய வேண்டும்.

5. எந்தச் சூழலிலும் செலுத்தவேண்டிய தொகையைச் செலுத்தாமல் விடக்கூடாது, மிகவும் இக்கட்டான சூழலில், ஈ.எம்.ஐ (EMI) வாய்ப்பைப் பயன்படுத்தலாம். அந்தச் சூழல் நிதி மேலாண்மையைச் சரியாகச் செய்யவில்லை என்பதைக் குறிக்கும்.

6. தவறாகப் பயன்படுத்தப்பட்டுள்ளது என்ற சந்தேகம் எழுந்த உடன், தக்க அலுவலருக்குப் புகார் அளித்து, ஏ.டி.எம்/கிரெடிட் கார்டை முடக்க வேண்டும்.

7. உணவகங்களில், கடைகளில் பணம் செலுத்த வேறு இடத்திற்கு/ மறைவான இடத்திற்கு ஏ.டி.எம்/கிரெடிட் கார்டை எடுத்துச் செல்ல அனுமதிக்கக்கூடாது.

8. ஏ.டி.எம்/கிரெடிட் கார்டின் செயலியில்/இன்டர்நெட்டில், செலவு வகைகளின் உச்சபட்ச வரம்பை நிர்ணயித்துக்கொள்ளுங்கள்.

9. ஏ.டி.எம்/கிரெடிட் கார்டுகளின் பயன்பாட்டிற்குக் கிடைக்கும் பரிசுகளை உரிய காலத்தில் பெற்றுக்கொள்ளுங்கள்.
10. ஏ.டி.எம்/கிரெடிட் கார்டு தரும் பரிசுகளையும் சலுகைகளையும் கட்டாயமாகத் தேவையென்றால் மட்டும் பயன்படுத்த வேண்டும். சலுகைகள் கிடைக்கிறதென்று பயன்படுத்தினால் ஆபத்தில் சிக்கிக் கொள்ள வாய்ப்பு உண்டு.

ஏ.டி.எம்/கிரெடிட் கார்டுகள் பயன்பாட்டைத் தணிக்கை செய்தல்

ஏ.டி.எம் கார்டு மற்றும் கிரெடிட் கார்டுகளைப் பாதுகாத்து வைப்பது எப்படி என்றும் அவற்றைப் பாதுகாப்பாகப் பயன்படுத்துவது எப்படி என்றும் அறிந்துகொண்டால் மட்டும் போதாது. அவற்றைப் பதுகாப்பாக வைத்திருக்கிறோமா, பயன்படுத்தி இருக்கிறோமா என்பதைத் தணிக்கை செய்து உறுதி செய்ய வேண்டும்.

1. வங்கிக் கணக்கு/கிரெடிட் கார்டின் மாத அறிக்கை வந்த உடன், நாம் செய்த செலவுகளையும், செலுத்திய பணத்தையும் சரிபார்த்துக்கொள்ள வேண்டும்.
2. கணக்கில் எடுத்துக்கொள்ளப்படவில்லை (Not processed), பரிசீலனையில் உள்ளது (Under prosess) என்ற பிரிவில் உள்ள கடன் மற்றும் செலுத்துதல் விவரங்களைச் சரிபார்த்துக்கொள்ள வேண்டும்.
3. பொது இட இணைப்பு மூலமும், பொதுக் கணினியிலும் கிரெடிட் கார்டைப் பயன்படுத்தினோமா, தகவல்களைப் பதிந்தோமா என ஆய்வுசெய்ய வேண்டும்.
4. நாம் இன்டர்நெட்டிலோ செயலியிலோ பதிவுசெய்வதை யாரும் எட்டிப் பார்க்கா வண்ணம் செயல்பட்டோமா என்பதை உறுதி செய்துகொள்ள வேண்டும்.
5. செலவுகள் யாவும் கட்டாயத் தேவையினால் செய்தோமா அல்லது கிரெடிட் கார்டு உள்ளது, சலுகைகள் கிடைக்கின்றன என்பதால் செய்தோமா என ஆய்வு செய்ய வேண்டும்.
6. கடன் தொகை திட்டமிட்ட அளவிற்குள் இருந்ததா என ஆய்வு செய்ய வேண்டும்.
7. கிரெடிட் கார்டை நமது திருப்பிச் செலுத்தும் திறனின் அடிப்படையில் பயன்படுத்தினோமா என்றும் திருப்பிச் செலுத்த வேண்டிய பணச் சுழற்சியின் அடிப்படையில் பயன்படுத்தினோமா என்றும் உறுதி செய்துகொள்ள வேண்டும்.

8. கிரெடிட் கார்டின் நிலுவைத் தொகையை குறித்த தேதியில் செலுத்தினோமா என்றும், செலுத்துவதற்குப் பணப் பற்றாக்குறை இருந்ததா என்றும், அவ்வாறு இருந்தால் அச்சூழலை எவ்வாறு சமாளிக்க முடிந்தது என்றும், வேறு ஏதேனும் நல்ல வழியில் சமாளித்திருக்க முடியுமா என்பதையும் ஆய்வுசெய்ய வேண்டும்.

தொலைபேசி திருடிய பணம்!

சில வருடங்களுக்கு முன்னர் எங்கள் வீட்டில் பகுதி நேரப் பணியாளராக ஒரு இளைஞர் இருந்தார். அவரின் ஆண்டு வருமானம் ஒரு லட்சத்திற்கும் குறைவு. ஒரு விடுமுறை நாளில் வங்கியிலிருந்து அழைப்பதாகக் கூறி, தொலைபேசியில் தொடர்பு கொண்டு ஓ.டி.பி-யைக் கூறுமாறு கேட்க, இவரும் பகிர்ந்துள்ளார். மீண்டும் அதேபோல் அழைத்து, ஓ.டி.பி-யைக் கேட்க, இவரும் பகிர்ந்துள்ளார். இதுபோல் ஐந்து முறை நடந்துள்ளது. மறுநாள் வங்கிக்குச் செல்லும்போதுதான், இவருடைய சேமிப்பு முழுவதும் திருடப்பட்டுள்ளது தெரிந்தது. காவல் உயர் அதிகாரிகளிடம் புகாரளித்தும் எந்தப் பயனும் இல்லை. தன் பத்து வருட சேமிப்பும் திருடப்பட்டுவிட்டது! யார் என்று கண்டுபிடிக்க முடியவில்லை. ஒரு வேளை, தொலைபேசிதான் திருடிவிட்டதோ?

5. இன்டர்நெட் விளையாட்டுகளும் மோசடிகளும்

பல்வேறு நன்மைகளைக் கொண்டுள்ள இன்டர்நெட் தொழில் நுட்பம் பொழுதுபோக்கு அம்சங்களையும் உள்ளடக்கியிருக்கிறது. திரைப்படங்கள், பாடல்கள், நகைச்சுவைகள் என பல்வேறு பொழுது போக்கு அம்சங்களுக்கு இன்டர்நெட் இடமளிக்கிறது. இன்டர்நெட்டில் உள்ள பொழுதுபோக்கு அம்சங்களுள் மிக முக்கியமானது 'கேம்ஸ்' (Games) எனப்படும் இன்டர்நெட் விளையாட்டுகள். ஆனால், அந்த விளையாட்டுகளில் ஆபத்தும் பொதிந்திருக்கிறது என்பதை மறுக்க முடியாது.

இன்டர்நெட்டை நல்லவர்கள் மட்டும் நல்ல நோக்கத்திற்கு மட்டும் பயன்படுத்துவதில்லை. அது நல்லவர்களுக்கும் பொல்லாதவர் களுக்கும் பொதுவானது. இன்டர்நெட்டைப் பயன்படுத்தி எண்ணற்ற மோசடிகளும் நடக்கின்றன. அவற்றிலிருந்து தப்ப முன்னெச்சரிக்கையுடன் இருக்க வேண்டும். அதற்கு முன் தணிக்கையும், பின் தணிக்கையும் பெரும் உதவிகரமாக இருக்கும்.

இன்டர்நெட் விளையாட்டுகள் குறித்த தணிக்கை

இன்டர்நெட்டில் பொழுதுபோக்கு விளையாட்டுகள் தொடங்கி, பணம் சம்பாதிக்க வாய்ப்பு தரும் பல ஆபத்தான விளையாட்டுகள் உள்ளன. அவற்றைப் பலரும் பயன்படுத்துகின்றனர். அவற்றின் சில முக்கியக் கூறுகளைக் கவனிப்போம்.

1. **பொழுதுபோக்கு விளையாட்டுகள்:** பொழுது போக்கிற்காக விளையாடும் விளையாட்டுகளில் ஈடுபடுவது பற்றி அதிகக் கவலைப்படத் தேவையில்லை. அவற்றிற்கு அடிமையாகமலும், கண் மற்றும் விரல்களுக்குப் பாதிப்பு வராமலும் பார்த்துக் கொண்டால் போதுமானது. அளவிற்கு மிஞ்சினால் அமிர்தமும் நஞ்சு என்பது போல, பொழுதுபோக்கிற்காக விளையாடுவதையும் நெறிப்படுத்திக் கட்டுப்பாட்டிற்குள் வைக்க வேண்டும்.

2. **பணம் பறிக்கும் விளையாட்டுகள்.** இன்டர்நெட் மூலமும் செயலிகள் மூலமும் பணம் ஈட்ட வாய்ப்பு அளிப்பதாகக் கூறும் விளையாட்டுகளில் ஈடுபடுவோர் ஒன்றைப் புரிந்துகொள்ள வேண்டும். நாம் விளையாடுவது தனி மனிதனோடு அல்ல; பல வித்தகர்கள் இணைந்து உருவாக்கிய விளையாட்டுத் திட்டம்/ கட்டமைப்போடு என்று. அதனை வெல்வது எளிதல்ல. அவை செயற்கை நுண்ணறிவு (Artificial Intelligence) மற்றும் எந்திரக் கற்றல் (Machine Learning) என்ற சிறப்பு மற்றும் மிக மேம்படுத்தப்பட்ட தொழில்நுட்பங்கள் கொண்டு உருவாக்கப்பட்டவை. அவை நமது விளையாடும் தன்மையை அறிந்து, அது விளையாடும் அணுகுமுறை மாற்றம் செய்துகொள்ளும் வல்லமை பெற்றவை. அவற்றை வெல்வது எளிதல்ல. நாம் தனி ஒருவர், அந்த விளையாட்டில் மிகவும் தேர்ந்த பல்வேறு வித்தகர்களின் கூட்டு மூளைக்கு எதிராக விளையாடுகிறோம் என்பதைப் புரிந்துகொள்ள வேண்டும். முதலில் சில ஆட்டங்களில் அல்லது சில மணித் துளிகள் நம்மை வெற்றிபெற வைப்பது, நம்மை விளையாட்டில் முழுமையாக ஈடுபடுத்தவே! அது 'நாம் வெற்றி பெற்றுவிடலாம்' என்ற நம்பிக்கையை ஏற்படுத்தும் உளவியல் உத்தியே தவிர, உண்மையில் நாம் வெற்றி பெறவில்லை என்பதே உண்மை. ஆகவே, விளம்பரங்களை நம்பி அத்தகு விளையாட்டுகளில் ஈடுபடாமல் இருப்பதே நல்லது.

தன் தலையில் மண் வாரிப் போட்டவர்!

ஒரு தொழில் முனைவோர் உண்மையான லூடோ விளையாட்டில் வல்லவராக இருந்தார். நண்பர்கள் மூலம் ஆன்லைன் லூடோ விளையாட்டில் பணம் சம்பாதிக்கலாம் என்று அறிந்துகொண்டு, விளையாடத் தொடங்கினார். முதலில் சில முறை வென்றவர், அடுத்தடுத்து தோல்வியைச் சந்திக்க, பணத்தை இழக்கலானார். ஆனால் தொடர்ந்து விளையாடி, இழந்த பணத்தை மீட்க வேண்டும் என குடும்பத்தினருக்குத் தெரியாமல் பணத்தை எடுத்து விளையாடினார். அடுத்துத் தன் நகைகளை விற்றும் அடமானம் வைத்தும் விளையாடினார். ஆனால் கடைசிவரை வெல்ல முடியவில்லை; இழந்த பணத்தை மீட்க முடியவில்லை. தவறு என்று தெரிந்தும், தணிக்கை செய்து திருத்தாமல் தொடர்ந்ததால் பல லட்சங்களை இழந்து மனநோயாளியானார். தன் தலையில் மண் வாரிப் போட்டுக்கொண்டார் எனச் சொல்லாது, வேறு என்ன சொல்வது?

3. ஆபத்தான விளையாட்டுகள்:
இன்டர்நெட்டில் ஆபத்தான விளையாட்டுகளும் உண்டு. அவற்றை விளையாடுவது எப்போது வெடிக்கும் என்று சொல்ல முடியாத வெடி குண்டின் மேல் உட்கார்ந்திருப்பது போன்றது. இவ்வகை விளையாட்டுக்கள் 'சிறப்புப் பணி' (Task) என்று அறிவுறுத்தி சில ஆபத்தான செயல்களைச் செய்யத் தூண்டும். அவ்வாறு செய்யாவிடில் எதிர் விளைவுகள் மோசமாக இருக்கும் என்றும் மிரட்டுவது உண்டு. அத்தகு விளையாட்டுகளில் ஈடுபடுவதும் ஒருவித போதைதான். பெரும்
பாலும் சிறுவர்களும் இளைஞர்களும் இத்தகைய ஆபத்தான விளையாட்டுகளில் ஈடுபடுகின்றனர். அந்த விளையாட்டு இணையதளங்களும் செயலிகளும் எப்படிச் செயல்படுகின்ற என்பதைப் புரிந்துகொள்ள வேண்டும். (1) பொதுவாக இவ்வகை விளையாட்டுகள் விளையாடுவோரைத் தனிமைப்படுத்தி விடுகின்றன. (2) அவர்கள் விளையாட்டில் ஈடுபடும்போது அந்தக் கருவியில் (ஸ்மார்ட் போன்/கணினி) உள்ள தனிப்பட்ட மற்றும் அந்தரங்கத் தகவல்களைத் திருடிக்கொள்கின்றன. (3) திருடிய தகவல்களில் சிலவற்றை விளையாடுவோருடன் பகிர்ந்து, உளவியல்ரீதியாக மன உளைச்சலுக்கு ஆளாக்கித் தொடர்ந்து விளையாட நிர்பந்திக்கின்றன. (4) அதனை ஏற்று, ஆபத்து என்று அறிந்தும், அந்த விளையாட்டில் இடப்படும் கட்டளைகளை சிரமேற்கொண்டு செய்கின்றனர். அது ஆபத்தில் முடிகின்றன. இந்தியாவில் சில ஆபத்தான விளையாட்டுகள் தடைசெய்யப் பட்டிருந்தாலும், இன்னமும் சில விளையாட்டுகள் இன்டர்நெட்டில் உள்ளன. தடைசெய்யப்பட்ட விளையாட்டுகள்கூட, பிற நாடுகளிலிருந்து விளையாடுவது போன்று தோற்றமளிக்கும் நவீன தொழில்நுட்பங்கள் மூலம் விளையாட வாய்ப்புள்ளது. ஆகவே அதிக கவனம் தேவை.

ஆபத்தான விளையாட்டுக்கள்: முன் தணிக்கை

ஆபத்தான விளையாட்டுகள் குறித்து எப்படித் தணிக்கை செய்வது என்று புரிந்துகொள்வோம்.

1. தடை செய்யப்பட்ட செயலிகளையும், விளையாட்டு வலை தளங்களையும் பயன்படுத்தக்கூடாது.
2. செயலிகளின் விளக்கத்தில் 'பணம் கட்டி விளையாடுதல் மற்றும் செயலிகளுக்கு வெளியே சில சிறப்புப் பணிகளைச் (Task) செய்ய வேண்டும்' என்ற குறிப்புகள் கொண்டவற்றைப் பதிவிறக்கம் செய்வதைத் தவிர்க்க வேண்டும்.
3. இணையதளம் மற்றும் செயலிகளின் பின்னூட்டத்தில் 'ஆபத்து மிக்கது' என்று கருத்து தெரிவிக்கப்பட்டவற்றைப் பயன்படுத்தக் கூடாது.
4. மிகக் குறைந்த நபர்கள் மட்டுமே பயன்படுத்தும் மற்றும் தரக் குறியீட்டில் மிகக் குறைவாக உள்ள இணையதளத்தையும், செயலிகளையும் பயன்படுத்தக்கூடாது.
5. தனிமையில், யாருக்கும் தெரியாமல் விளையாட வேண்டும் என்ற மனநிலையில் இருப்பது அல்லது அப்படி விளையாடத் தூண்டுவது போன்ற சூழல்களைத் தவிர்க்க வேண்டும்.
6. பணம் செலுத்துவதற்கான வங்கிக் கணக்கு மற்றும் கிரெடிட் கார்டின் தரவுகளை இணையதளங்களிலும் செயலிகளிலும் பதிவிடக்கூடாது. மேற்கண்டவை எல்லாம் ஆபத்தான மற்றும் பண இழப்பு ஏற்படும் விளையாட்டுக்களைத் தவிர்க்கும் நோக்கத்தில் உள்ளவை. விளையாடத் தொடங்கிய பின்னர் அவற்றைக் கட்டுப்படுத்துவது, தடுப்பது மற்றும் அதிலிருந்து வெளிவருவது கடினம் என்பதால் அத்தகு அணுகுமுறையை இதில் கூறப்படவில்லை.

தன் தலையில் கல்லைப் போட்டவன்!

அவன் ஒரு பதின்ம வயதுச் சிறுவன். படிப்பில் சுட்டி; இன்டர்நெட்டைப் பயன்படுத்துவதில் கெட்டி; வீட்டில் செல்லக் குட்டி! சொல்லவா வேண்டும்! மடிக் கணினி, ஸ்மார்ட்போன், கேமிங் கன்சோல் என எல்லா விதமான மின்னியல் கருவிகளும் அவனிடம். போதாதற்கு, 15 வயதிலேயே என் மகன் இன்டர்நெட்டைக் கரைத்துக் குடித்தவன் என்று பெற்றோரும் ஊக்குவித்தனர். ஆபத்தான விளையாட்டுகளில் அதிக ஆர்வம் காட்டத் தொடங்கினான். தடைசெய்யப்பட்ட பின்னரும், தன் இன்டர்நெட் அறிவைப் பயன்படுத்தி வெளிநாட்டிலிருந்து விளையாடுவது போல இணைப்பை மாற்றியமைத்து விளையாடினான். கணினி சொன்ன அனைத்துக் கட்டளைகளையும் அப்படியே ஏற்று நடந்தான். சுவரில்/கல்லில் ரத்தம் வருமாறு முட்ட வேண்டும் எனக் கட்டளையிட்டது. பெற்றோரின் கண்ணில் மண்ணைப் போட்டுவிட்டுத் தன் தலையில் கல்லைப் போட்டுக்கொண்டான்.

இன்டர்நெட் மோசடிகள் - வகைகள்

இன்டர்நெட்டில் நிகழும் பண மோசடிகளையும், தகவல் திருட்டு களையும் ஒரு வரையறைக்குள் அடக்கிவிட முடியாது. தினமும் புதுப்புது மோசடிகள் தோன்றிக்கொண்டே இருக்கின்றன. அவற்றுள் முக்கியமான சிலவற்றைப் பற்றி அறிந்துகொள்ளலாம்.

1. **கொதிகலன் அறை மோசடி** (Boiler Room Scam): இந்த வகை மோசடிகளில் உடனே செயல்படாவிடில் ஆபத்து வாய்ப்பு கிடைக்காது என அதிக அழுத்தம் கொடுத்துத் தகவல்களைச் சேகரித்து, முதலீடு செய்யவோ அல்லது பணத்தைப் பெறவோ முனைவர். மின்னஞ்சல், குறுஞ்செய்தி, தொலைபேசி என அனைத்து வழிகளிலும் அழுத்தம் கொடுப்பர். அழுத்தம் கொடுத்தலும் அவசரப்படுத்தலும் மோசடி குறித்த ஆபத்தின் அறிகுறிகள். இந்தச் சலுகை இன்றே கடைசி எனக் கூறி விற்பனை செய்யும் பெரும்பாலானவை இந்த வகையின. குறைந்த வட்டியில் கடன் கொடுக்கிறோம்; உடனே முன்பணம் செலுத்துங்கள் என்பனவும் இந்த வகையே.

2. **பரிசுச் சீட்டு மோசடி** (Lottery scam): நீங்கள் பெரிய பரிசுத் தொகை வென்றுள்ளீர்கள்; முன்பணம் செலுத்தினால், பரிசுத் தொகையை/சொத்தை வெல்லலாம் என வரும் தகவல். முன்பணம் செலுத்த வேண்டும் எனக் கட்டாயப்படுத்துவது ஆபத்தின் அறிகுறி. உங்கள் தொலைபேசி/இ-மெயில் வாரிசு இல்லாதவரின் சொத்தை வென்றுள்ளது; முன் பணம் செலுத்துங்கள் என வரும் வேண்டுகோள்கள் இத்தகைய மோசடிகள். வீட்டிலிருந்தே வேலை; அதிக லாபம்/வருமானம்- அதற்கு முன் பணம் செலுத்துங்கள் என வரும் வேண்டுகோள்களும் இந்த வகை மோசடிகளே.

3. **கார்ட் ஸ்கிம்மிங்** (Card skimming): கிரெடிட் கார்ட் அல்லது ஏ.டி.எம் கார்ட் தகவல்களை அதற்கென உள்ள சிறப்புக் கருவிகளைக் கொண்டு திருடுவது இந்த வகையின. ஏ.டி.எம் கருவிகளிலும், உணவகங்களிலும் இது போன்ற திருட்டிற்கு வாய்ப்புகள் அதிகம். கடைகளில் ஊழியர்கள் உங்கள் கண் எதிரே இந்த கார்டுகளைப் பயன்படுத்தாமல், மறைவில் பயன்படுத்தினால் இந்த வகை மோசடிக்கு வாய்ப்புகள் அதிகம்.

4. **மின் தூண்டில் மோசடி** (Phishing): ஒரு தவறான தகவலைத் தெரிவித்து, அதன்மேல் நடவடிக்கை எடுக்கத் தூண்டி, அதன் மூலம் முக்கியத் தகவல்களைத் திருடுவது. மின்னஞ்சல் மூலம் தவறான இணைப்பை அனுப்பி, அதனைக் கிளிக் செய்ய வைத்து

முக்கியத் தகவல்களைத் திருடுவது. குறுஞ்செய்தித் தூண்டில் (Smsing) மோசடியும், மின் தூண்டில் மோசடி போன்றதுதான். இங்கு தூண்டில் குறுஞ்செய்தி (SMS) மூலமாக வரும்.

5. **பொய் மின் அஞ்சல் மோசடி (Email spoofing):** நமக்கு நன்கு தெரிந்தவர் பெயரில், மோசடியாளர் இ-மெயில் அனுப்புவது. மோசடியாளர், நமக்குத் தெரிந்த அனுப்புனர் பெயரில், (தவறான முகவரியைக் கொடுத்து உண்மை போல தோற்றமளிக்கும் இ-மெயில் முகவரியுடன்) உண்மையான அல்லது முக்கியமான தகவல் வேண்டும் என மின் அஞ்சல் அனுப்புவது. இவ்வாறாக முக்கியத் தகவல்களைத் தவறான அனுப்புனர் முகவரியில் பெறுவர். மிகப் பிரபலமான மோசடியான, 'நம் நண்பர் சமூக ஊடகங்கள் மூலம் அவசர உதவிக்குப் பணம் கேட்பதும் (வெளியூரில் இருக்கிறேன்/ சிக்கலில் இருக்கிறேன்/பணம் வேண்டும் என முகநூலில் கேட்பது)' இந்த வகையே!

இவை தவிர, தோளுக்கு மேலே எட்டிப் பார்த்தல் (Shoulder surfing), போலியான இணையதளங்களை (Website spoofing) உருவாக்கி அவற்றின் மூலம் முக்கியத் தகவல்களைத் திருடுதல் போன்ற மோசடிகளும் நடக்க வாய்ப்பு உண்டு.

இன்டர்நெட் மோசடிகளைத் தவிர்க்கும் தணிக்கை

இன்டெர்நெட் மோசடிகளைத் தவிர்க்கும் வழிமுறைகளையும், அதற்குரிய தணிக்கை அணுகுமுறையும் முந்தைய அத்தியாயத்தில் *(பக்கம் 82)* கொடுக்கப்பட்டுள்ளன.

6. குழந்தைகள், பெண்கள் மற்றும் முதியோர்கள் சந்திக்கும் இன்டர்நெட் பிரச்சனைகள்

இன்டர்நெட்டின் மூலம் நடக்கும் மோசடிகளால் அனைவரும் பாதிக்கப்படும் வாய்ப்புகள் இருந்தாலும், பலவீனமானவர்கள் அதிகம் பாதிக்கப்படுவதற்கு அதிக வாய்ப்புகள் உள்ளன. யாரெல்லாம் அந்த பலவீனமானவர்கள் என்றும் ஏன் அவர்கள் பலவீனமானவர்கள் என்பதையும் புரிந்துகொள்ள வேண்டும். அவர்கள்:

குழந்தைகள்	இன்டர்நெட்டைப் பற்றி முழுவதும் அறிந்துகொள்ளாமலும், ஆபத்துகளை உணர்ந்துகொண்டு மீளும் பக்குவம் இல்லாமலும் இருப்பது.
முதியோர்கள்	இன்டர்நெட் தொழில்நுட்பம் சரியாகத் தெரியாததாலும் மறதி அதிகமிருப்பதாலும்.
பெண்கள்	அவர்களிடம் எந்தக் குறையுமில்லை; ஆனால், பாலியல் சார்ந்த தொல்லைகளுக்கு உள்ளாக வாய்ப்புகள் அதிகம் இருப்பதால்.

ஆனாலும், அவர்கள் பாதுகாப்பாக இன்டர்நெட்டைப் பயன் படுத்த வாய்ப்புகள் உள்ளன. அவற்றை அறிந்துகொள்வது முக்கியம்.

குழந்தைகள் இன்டர்நெட்டைப் பயன்படுத்துவதைக் கண்காணித்தல்

குழந்தைகளுக்கு ஸ்மார்ட்போன் வழங்க வேண்டுமா, அது அவர்களுக்குத் தேவையா என்பது குறித்து முடிவெடுக்க வேண்டும். கூடிய மட்டும் அவர்களுக்கென்று தனியாக ஸ்மார்ட்போன் வழங்குவதைத் தவிர்க்க வேண்டும். தொடர்புகொள்வதற்கு கைபேசித் தேவையெனில், அடிப்படைக் கூறுகளை மட்டும் கொண்ட கைபேசியைத் தரலாம். அடிப்படைக் கைபேசி என்றாலும், ஸ்மார்ட்போன் என்றாலும் குழந்தைகளின் இன்டர்நெட் பயன்பாட்டைக் கண்காணிக்க வேண்டும்.

குழந்தைகளின் இன்டர்நெட் பயன்பாட்டில் கவனிக்கவேண்டிய விசயங்களை முன் தணிக்கை முறையில் அணுக வேண்டும்.

1. குழந்தைகள் பயன்படுத்த பாதுகாப்பான செயலிகளை விளையாட்டுக்களை மட்டும் பதிவிறக்கம் செய்து கணினி/ ஸ்மார்ட் போனில் நிறுவ வேண்டும்.
2. குழந்தைகள் பயன்படுத்தும் மின்னியல் கருவிகளில் வயதுக் கட்டுப்பாடு (Age restriction) இருக்கும்படி கட்டுப்பாடுகளை அமைப்பது சிறப்பாக இருக்கும்.
3. குழந்தைகள் பயன்படுத்தும் கருவிகளில், "பெற்றோர் கட்டுப்பாடு மென்பொருளை" (Parental Control Software) நிறுவி, அதன் மூலம் குழந்தைகளின் இன்டர்நெட் செயல்பாடுகளைக் கட்டுப்படுத்தவும், கண்காணிக்கவும் வேண்டும்.
4. வெப் பிரவுசர்களைத் (Web Browser) தரமற்ற இணையதளங்களுக்குச் செல்வதைத் தடுக்கும் வகையில் கட்டமைக்க/மாற்றியமைக்க முடியும். அவ்வாறு செய்வதன் மூலம் தவறான தளங்களைக் குழந்தைகள் பயன்படுத்துவதைத் தடுக்கவோ கண்காணிக்கவோ முடியும்.
5. குழந்தைகள் பிரைவேட் பிரவுசிங் அல்லது இன்காக்னிட்டோ பிரவுசிங் (Private /Incognito browsing) செய்வதைக் கண்காணிக்கும் செயலிகளும் உள்ளன. அவற்றைப் பயன்படுத்துவதால் குழந்தைகள் பெற்றோருக்குத் தெரியாமல் மறைவாக எதையும் பயன்படுத்த முடியாத நிலையை உருவாக்கலாம்.
6. சில கணினிகளும் ஸ்மார்ட்போன்களும் குடும்பப் பகிர்வை (Family Sharing) அனுமதிக்கின்றன. அவற்றைப் பயன்படுத்துவதால் குழந்தைகள் செயலைக் குடும்பத்தின் மற்றவர்களும் பார்க்கலாம். மற்றவர்கள் பார்க்கிறார்கள் என்றாலே, குழந்தைகள் தவறான தளங்களையும் கருத்துக்களையும் நாடமாட்டார்கள்.
7. வீட்டில் இன்டர்நெட் இணைப்பு அல்லது வைஃபை பயன்படுத்து பவர்கள் ரூட்டர் (Router) மூலம் குழந்தைகளின் இன்டர்நெட் செயல்பாட்டைக் கண்காணிக்கவும், அவர்கள் பயன்படுத்தும் நேரத்தைக் கட்டுப்படுத்தவும் முடியும்.
8. திரையைப் பயன்படுத்தும் நேரத்தையும், (Screentime) மின்னணுக் கருவிகளைப் பயன்படுத்துவதையும் (Device Access Restrictions)

கட்டுப்படுத்துவதன் மூலம், குழந்தைகளின் இன்டர்நெட் பயன்பாட்டைக் கட்டுப்படுத்த முடியும்.

குழந்தைகள் பெற்றோரைவிட இன்டர்நெட் பயன்படுத்துவது குறித்துக் கூடுதலாக விவரம் அறிந்தவர்களாக இருக்கலாம். ஆனால், அதன் ஆபத்து குறித்துப் பெற்றோர் நன்கு அறிந்திருக்க வேண்டும். குழந்தைகளின் திறமையைப் போற்றும் வேளையில், அவர்களின் பாதுகாப்பை உறுதி செய்யவேண்டிய பொறுப்பு பெற்றோர்களுக்கே உண்டு என்பதை நினைவில் கொள்ள வேண்டும்.

மேற்கண்டவை குழந்தைகளின் இன்டர்நெட் பயன்பாட்டைப் பொதுவாகக் கட்டுப்படுத்துவதாக இருக்க, குழந்தைகளின் பாதுகாப்பான இன்டர்நெட் பயன்பாட்டை உறுதிசெய்யப் பின்வரும் தணிக்கை அணுகுமுறையைக் கடைப்பிடிக்க வேண்டும்.

1. குழந்தைகளுக்குப் பாதுகாப்பான இன்டர்நெட் பயன்பாடு குறித்து அறிவுறுத்தியிருக்கிறோமா; கற்பித்திருக்கிறோமா?
2. குழந்தைகள் பயன்படுத்தும் கருவிகளில் உள்ள செயலிகளில் அனைத்தும் பாதுகாப்பானதுதானா?
3. குழந்தைகள் பார்த்த அனைத்து இணையதளங்களும் அவர்களின் வயதிற்கு ஏற்புடையதுதானா?
4. குழந்தைகள் பாதுகாப்பாகப் பயன்படுத்தும் வண்ணம் போதுமான கட்டுப்பாடுகளை விதித்திருக்கிறோமா? (செயலிகள், இணைய தளங்கள், பயன்படுத்தும் நேரம் மற்றும் கருவிகள் குறித்த கட்டுப்பாடுகள்)
5. குழந்தைகளின் இன்டர்நெட் தேடல் வரலாறு (Browsing history) அழிக்கப்பட்டிருக்கிறதா?; பிரைவேட் பிரவுசிங் அல்லது இன்காக்னிட்டோ (மறைந்திருத்தல்) பிரவுசிங் மூலம் இன்டர்நெட்டைப் பயன்படுத்தியிருக்கிறாரா?
6. பெற்றோர் விதித்த மென்பொருள் கட்டுப்பாடுகளை உடைத்து இன்டர்நெட்டைப் பயன்படுத்தி இருக்கிறாரா?
7. இன்டர்நெட் மூலம் குழந்தைகளுடன் தொடர்பில் உள்ளவர்களை நம்பலாமா? தொடர்பிலிருப்பதற்கான நோக்கம் சரிதானா?

குடும்பத்தைத் தெருவிற்குக் கொண்டு வந்த சிறுவன்!

நடுத்தர குடும்பத்தைச் சேர்ந்த தம்பதியர் கடினமாக உழைத்துச் சிறுகச்சிறுக பத்து லட்சம் பணம் சேர்த்திருந்தனர். இன்னும் கொஞ்சம் பணம் சேர்த்தவுடன், வங்கிக் கடன் உதவியுடன் வீடு ஒன்று வாங்கத் திட்டமிட்டிருந்தனர். அவர்களுக்கு 15 வயதில் ஒரு மகன் இருக்கிறான். அவன் கணினி மற்றும் ஸ்மார்ட் போன்களைக் கையாள்வதில் திறமையானவன். பெற்றோர் இருவரும் மகனின் கணினி அறிவைப் பாராட்டிக்கொண்டே இருப்பர். மற்றவர்களிடமும் பெருமையாகப் பேசுவர். இன்டர்நெட்டில் வர்த்தகம் குறித்து அறிந்திராத பெற்றோரும் இன்டர்நெட் மூலம் வாங்கவேண்டிய பொருள்களுக்குத் தங்களின் மகனின் உதவியை நாடுவர்.

அப்போது, வங்கிக் கணக்கிலிருந்து நேரடியாகப் பணம் செலுத்தும் முறையைப் பின்பற்றினர். வங்கிக் கணக்கு விவரங்களை அறிந்தவன் அவற்றைப் பயன்படுத்தி இன்டர்நெட்டில் பணம் கட்டி ஆடும் சில விளையாட்டுக்களில் ஈடுபட்டான். புதுப் புது விளையாட்டுக்களை விளையாடினான். ஓ.டி.பி-க்காக அப்பாவின் கைபேசியை அவருக்குத் தெரியாமல் பயன்படுத்திவிட்டு, அது தொடர்பான தகவல்களை அழிக்கத் தொடங்கினான். ஒரு முறை புதிய விளையாட்டை ஆரம்பித்தவன், வங்கிக் கணக்கு விவரங்களைக் கொடுத்த உடன், வங்கிக் கணக்கில் இருந்ததில் தொடர்ந்து பணம் எடுக்கப்பட்டு வந்தது. ஓ.டி.பி வராமல் இது எப்படி சாத்தியம் என அவனுக்குப் புரியவில்லை. மொத்தத்தில் சுமார் எட்டு லட்சம் திருடப்பட்டுவிட்டது. வீடு வாங்கத் திட்டமிட்டிருந்த குடும்பம் நடுத் தெருவிற்கு வந்தது.

புரிந்துகொள்ள முடியாத பல வகைத் திருட்டுக்கள் இன்டர்நெட் மூலம் தினம் தினம் நடந்துவருகிறது. இந்த விதத்தில் திருடும் செயலிகளும், இணையதளங்களும் தற்காலிகமாக, திருடுவதற்கென்றே உருவாக்கப் படுபவை. ஓரிரு முறை திருடிய உடன் அவை நீக்கப்படுகின்றன அல்லது வேறு பெயரில் இயங்குகின்றன.

குழந்தைகளின் இன்டர்நெட் பயன்பாட்டில் அல்லது தனி நடவடிக்கைகளிலும் நடத்தைகளிலும் மாற்றம் ஏற்பட்டுள்ளதா என்பதைக் கவனிக்க வேண்டும். அந்த மாற்றம் ஏதாவது தவறான செயலில் ஈடுபடுவதைச் சுட்டிக்காட்டுகிறதா என்பதைச் சிந்திக்க

வேண்டும். அதை எப்படிக் கண்டுபிடிப்பது என்பதைப் பெற்றோருக்குக் கற்றுத்தர வேண்டியதில்லை.

பெண்கள் சந்திக்கும் சிக்கல்கள்

தனி மனிதர்களின் அந்தரங்க உரிமைகள் மீறப்படுவதற்கான வாய்ப்புகள் இன்டர்நெட்டில் அதிகம் உண்டு. இன்டர்நெட்டை மட்டும் பயன்படுத்தியோ அல்லது பொது நடப்புகளோடு இணைந்து தனி மனிதர்களின் அந்தரங்க உரிமைகள் மீறப்படலாம். பெரும்பாலும் இந்த மீறல்கள் திட்டமிட்ட மோசடியாகவே நிகழ்கின்றன. அவற்றில் தனி மனிதர்களின் ஆடைகளற்ற படங்களும், அவர்களின் தாம்பத்ய உறவு குறித்த படங்களும் அடங்கும். இந்த வகை மோசடிகளுக்கு இரு பாலோரும் உள்ளானாலும், பெண்களே அதிகம் பாதிக்கப்படுகின்றனர். இந்த வகையிலான அந்தரங்க உரிமை மீறல்கள் இரண்டு வகைகளில் நிகழ்கின்றன.

1. போலியான படங்களை உருவாக்கி அவற்றை இன்டர்நெட்டில் பரப்புதல்
2. மறைத்துவைத்த கேமராக்கள் மூலும் படம்பிடித்துப் பரப்புதல்

போலியான படங்கள் ஒருவரது முகத்தை வேறு ஒருவரின் உடலுடன் இணைத்தும், செயற்கை நுண்ணறிவு மூலம் போலியான உருவத்தோற்றத்தை உருவாக்கியும் ஆபாசமான படங்களை செயற்கையாக உருவாக்க முடியும். இன்டர்நெட்டில் பதிவிட்ட படங்களை, யார் எப்படிப் பயன்படுத்துகிறார்கள் என்பதைக் கட்டுப்படுத்த முடியாது. ஆகையால் வருமுன் காப்போம் என்பதைப் போல, சில முன்னெச்சரிக்கை நடவடிக்கைகளைப் பின்பற்றுவதே பாதுகாப்பாக இருக்கும். அவை:

1. நாம் மட்டும் தனியாக இருக்கும் படங்களைப் பொது வெளியில் பரவ விடுவதைத் தவிர்ப்பது நல்லது.
2. மிகத் தெளிவாக உள்ள படங்களை (High resolution images), குறிப்பாக முகம் தெளிவாகத் தெரியும் படங்களைப் பதிவிடாமல் இருப்பது நல்லது.
3. படங்களில், குறிப்பாக முகத்தில் ‘வாட்டர் மார்க்’ (Water mark) பதிவு செய்வது நல்லது.

4. படங்களைப் பதிவிறக்கம் (Download) செய்யவும், திரை அச்சு (Screenshot) எடுக்கும் வாய்ப்புகளை முடக்குவது மிகவும் பாதுகாப்பானது.

5. முன் அடுக்குப் படம் அமைத்தல் (Front layering of images) எனப்படும் தொழில்நுட்பத்தைப் பயன்படுத்துவது பாதுகாப்பானது. இந்தத் தொழில்நுட்பத்தில், நாம் பதிவேற்றும் படங்களுக்கு முன்னர் திரைபோல வேறு படத்தை முன்னிறுத்த முடியும். டவுண்லோட் செய்யும்போது அந்தப் படம் மட்டுமே பதிவிறக்கமாகும்.

மேற்கண்ட வழிமுறைகளைப் பயன்படுத்துவது எப்படி என்ற செயல்விளக்கங்கள் இன்டர்நெட்டில் இருக்கின்றன. அவற்றைப் பார்த்து அறிந்து செயல்படுத்தலாம்.

அடுத்த முக்கிய மோசடி முறை நமக்குத் தெரிவிக்காமல், மறைத்து வைத்த கேமரா மூலம், நம் உடலையும், நமது செயல்களையும் படமாக்கி அதை வெளியிடுவது. இதனைத் தடுப்பது சற்று சிக்கலானதாக இருந்தாலும், கவனமுடன் செயல்படுவதன் மூலம் தவிர்க்க முடியும். இந்த ஆபத்து பொதுக் கழிப்பறையை உபயோகிக்கும் போதும், ஹோட்டல்களில் தங்கும்போதும், ஆடைக் கடைகளின் ஆடை மாற்றும் அறைகளைப் பயன்படுத்தும்போதும் அதிகமாக நிகழ வாய்ப்பு உண்டு. இந்த வகை மோசடிகளிலிருந்து பாதுகாத்துக்கொள்வது எப்படி என்பதை அறியலாம்.

1. அறையில் சந்தேகத்திற்கு இடமளிக்கும் வகையில் உள்ள பொருட்களையும், சந்தேகப்படும் இடங்களில் உள்ள பொருட்களையும் ஆய்வுசெய்வது நல்லது.

2. அறையை முழுவதும் இருளாக்கி, சிறு ஒளி (புள்ளி வடிவில்/ கடுகளவில்) எங்கிருந்தேனும் வருகிறதா என ஆய்வு செய்ய வேண்டும்.

3. அறையை முழுவதும் இருளாக்கி, ஒரு டார்ச் லைட்டைக் கொண்டு ஆய்வு செய்தால், அதன் ஒளி கேமராவின் லென்ஸில் பட்டுப் பிரதிபலிக்கிறதா எனப் பார்க்க வேண்டும்.

4. அறையில் உள்ள கண்ணாடிகளை, இருவழிக் கண்ணாடிகள் ஏதேனும் உள்ளதா என ஆய்வு செய்யலாம். அதற்கு நம் கைவிரலைக் கண்ணாடியின் மேல் வைத்தால், கை விரலுக்கும்

கண்ணாடி விரலுக்கும் இடைவெளி இருந்தால், அது இருவழிக் கண்ணாடியாகும். அது, மோசடி படம் எடுக்க வழிவகுக்கும்.
5. சில ஸ்மார்ட் போன் கேமராக்கள் இன்ஃபெரா ரெட் (Infrared) கதிர்களைக் கண்டறியும் தகுதி வாய்ந்தவை. கேமரா மூலம் படம்பிடிக்கும் போது, திரையில் வேறு நிற ஒளிப் பிரதிபலிப்பு இருந்தால் கேமரா இருக்கிறது என உணரலாம்.
6. மறைத்து வைக்கப்பட்டிருக்கும் கேமராவைக் கண்டறியும் கருவியையும், செயலியையும் பயன்படுத்தலாம்.
7. அறையின் அனைத்து பகுதிகளுக்கும் ஸ்மார்ட்போனை எடுத்துச் சென்றால், கேமரா உள்ள இடங்களில் 'சிக்னல்' பாதிப்பு ஏற்படும்.

மூத்த குடிமக்கள் சந்திக்கும் மோசடிகள்:

நிதி சார்ந்த விசயங்களிலும் இன்டர்நெட் பயன்பாடு சார்ந்த விசயங்களிலும் மூத்த குடிமக்கள் அதிகமாகப் பாதிக்கப்படுகிறார்கள். மோசடியாகப் பணம் பறிப்பதில் தொடங்கி, சொத்துக்களை ஏமாற்றி வாங்குவது எனப் பல்வேறு மோசடிகளுக்கு எளிதில் உள்ளாகிறார்கள். குறிப்பாகத் தனியாக இருக்கும் முதியோர்கள், (1) வீட்டையும் வீட்டு சாமான்களையும் பழுது நீக்குதல், (2) கணினி, தொலைபேசி மற்றும் இன்டர்நெட் இணைப்புகளைச் சரிசெய்தல்/சோதித்தல், (3) விற்பனை செய்தல் (4) உதவி கேட்டு வருதல் போன்ற காரணங்களைக் கூறியும், (5) குழந்தைகளின்/உறவினரின் நண்பன்/சிறு வயது நண்பனின் மகன், (6) முன்னால் மாணவன்/தொழிலாளி எனப் பல்வேறு உறவு முறைகளைக் கூறி, முதியோர்களைத் தொடர்புகொண்டு மோசடி செய்வது பரவலாக நடக்கிறது. இந்த மோசடிகள், பணத்தையும் பொருட்களையும் திருடுவது, சொத்துக்களை மோசடியாகப் பறித்துக்கொள்வது எனப் பல வகைப்படும்.

முதியவர்கள் பணம் தொடர்பான பரிவர்த்தனைகளில் ஏ.டி.எம் அட்டைகளைப் பாதுகாப்பாகப் பயன்படுத்துவதில் பலவித சிக்கல்களைச் சந்திக்கின்றனர். அவை:

1. ஏ.டி.எம் அட்டையைப் பயன்படுத்தத் தெரியாமல், அறிமுகம் இல்லாத நபர்களின் உதவியை நாடுவது; அவர்களிடம் பி.ஐ.என் (PIN) பகிர்வது.

2. ஏ.டி.எம் அட்டையில் பி.ஐ.என் (PIN) எண்ணை எழுதி வைத்திருப்பது; அதை மற்றவர்களுக்குத் தருவது.

3. பி.ஐ.என் (PIN) எண்ணை எழுதிய ஏ.டி.எம் கார்டைப் பயன்படுத்திய பின்னர் அந்த எந்திரத்திலேயே விட்டுவிடுவது; அல்லது தொலைத்துவிடுவது.

4. ‘வங்கிச் சேவை மையத்திலிருந்து பேசுகிறேன் என்றோ, ஏ.டி.எம் அட்டையை மாற்ற வேண்டும் என்று கூறியோ வங்கிக் கணக்கு அல்லது ஏ.டி.எம் அட்டை குறித்த தகவல்களைத் தொலைபேசி மூலம் கேட்போர்க்குக் கொடுப்பது.

5. இன்டர்நெட் பரிவர்த்தனைக்காக ஏ.டி.எம் கார்ட் குறித்த தகவல்களை மற்றவர்களிடம் பகிர்வது.

நாய்க்குப் பயந்து பேயிடம் சிக்கியது!

ஒரு ஓய்வுபெற்ற அதிகாரி, தன் ஓய்வூதியப் பணத்தை எடுத்த பின்னர் ஏ.டி.எம் அட்டையை, மறதியில், அந்த எந்திரத்திலேயே விட்டுச் சென்று விடுகிறார். சற்று நேரம் கழித்துச் சென்று பார்த்த போது அந்த அட்டையைக் காணவில்லை. ஏ.டி.எம் அட்டை தொலைந்துவிட்டதால், அந்த முதியோரின் பேரனாகிய இளைஞன், அதை முடக்க முயற்சிக்கிறான்.

இன்டர்நெட்டில் தேடிப் புகார் அளிக்கவேண்டிய தொலைபேசி எண்ணைக் கண்டுபிடிக்கிறான். அந்த எண்ணைத் தொடர்பு கொண்டபோது, வங்கி அதிகாரி போல் பேசிய நபர் பல முக்கியத் தகவல்களைக் கேட்டுள்ளார். முதலில் சில தகவல்களைப் பகிர்ந்த இளைஞன், அவனது கணினியை ரிமோட் டெஸ்க் (Remote Desk) இணைப்பு கொடுக்கச் சொன்னபோது சுதாரித்துக்கொண்டான். அதனை மறுத்து, இணைப்பைத் துண்டித்துவிடுகிறான். அதன் பின்னர், குறிப்பிட்ட வங்கிக் கிளைக்குச் சென்று ஏ.டி.எம் அட்டையை முடக்குகிறான். அப்போது, இளைஞன் பேசியது போலியான வங்கி எண் என்றும், மோசடியாகப் பணம் திருடுபவர்கள் இன்டர்நெட்டில் பதிவிட்டிருக்கிறார்கள் என்றும் தெரிந்தது.

தொலைந்த ஏ.டி.எம் அட்டையை எடுத்தவர் தவறாகப் பயன்படுத்தக்கூடும் என்று பயந்து மோசடி மன்னர்களிடம் சிக்க இருந்தது, இளைஞனின் விழிப்புணர்வால் தவிர்க்கப்பட்டது.

முதியோர்கள் சந்திக்கும் பெரும்பாலான சிக்கல்கள் அவர்கள் வயதின் காரணமாகவும், மறதியினாலும் ஏற்படுவதினால், தக்க முன்னெச்சரிக்கை

நடவடிக்கைகள் மூலம் மட்டுமே மோசடிகளிருந்து தப்ப முடியும். ஆகவே முன்-தணிக்கை அணுகுமுறையே மிகவும் பலனளிக்கும்.

முதியோர்கள் பின்பற்றவேண்டிய முன்னெச்சரிக்கை நடவடிக்கைகள்

1. பி.ஐ.என் எண்ணை எக்காரணம் கொண்டும் ஏ.டி.எம் அட்டையில் எழுதாமலிருப்பது; எக்காரணம் கொண்டும் பி.ஐ.என் எண்ணை மற்றவர்களுக்குப் பகிராமலிருப்பது.
2. ஏ.டி.எம் கார்டைத் தொலைத்துவிடாமல் பார்த்துக்கொள்வது; அப்படித் தொலைத்துவிட்டால், சம்பந்தப்பட்ட வங்கியைத் தொடர்புகொண்டு ஏ.டி.எம் அட்டையின் பயன்பாட்டை முடக்க வேண்டும்.
3. ஏ.டி.எம் அட்டையை முடக்குவதற்கு சம்பந்தப்பட்ட அலுவலகத் தொடர்பு எண்ணையும், தமது வங்கிக் கணக்கு/ஏ.டி.எம் கார்ட் தொடர்பான தகவல்களைத் தனியாகக் குறித்து வைத்திருக்க வேண்டும்.
4. ஸ்மார்ட் போன் போன்றவற்றைத் தொலைத்துவிட்டால், அதனைக் கண்டுபிடிக்க/முடக்க, அதன் ஐ.எம்.இ.ஐ (IMEI) எண்ணைக் குறித்து வைத்திருக்க வேண்டும்.

நிதி தொடர்பான மோசடிகள் / சிக்கல்கள் தவிர, இன்டர்நெட்டையும் சமூக ஊடகங்களையும் பயன்படுத்தும் போதும் முதியோர்கள் பல சிக்கல்களைச் சந்திக்கின்றனர். அவற்றை சரியான வகையில் கையாளவும் தக்க முன்னெச்சரிக்கை நடவடிக்கைகளை முதியோர்கள் பின்பற்ற வேண்டும்.

1. அறிமுகம் இல்லாதவர்கள் மற்றும் உதவி செய்கிறேன் என்று தாமாக முன்வருவோரிடம் கவனமாக இருக்க வேண்டும். உதவி கேட்டு வருவோரிடமும் கவனமாக இருக்க வேண்டும்.
2. கவர்ச்சிகரமான விளம்பரங்களையும் தேவையற்ற இணைய இணைப்புகளையும் 'கிளிக்' செய்வதைத் தவிர்க்க வேண்டும்.
3. பயனீட்டாளர் பெயர், கடவுச் சொல், பி.ஐ.என் உட்பட எந்த தனிப்பட்ட தரவுகளையும் சமூக ஊடகங்களில் பகிர வேண்டாம்.
4. எந்த பரிவர்த்தனையையும், சமூக ஊடகக் கட்டமைப்பில் செய்யும் மாற்றத்தையும் நம்பிக்கைக்கு உரியவர் மூலம் மட்டுமே செய்ய வேண்டும்.

மூத்த குடிமக்கள் சந்திக்கும் இன்டர்நெட் சிக்கல்கள்

இன்டர்நெட் பயன்படுத்துவதில் முதியோர் சந்திக்கும் சிக்கல்களும் அவற்றைச் சமாளிக்கும் முறைகளும் பின்வரும் அட்டவணையில் கொடுக்கப்பட்டுள்ளன.

சந்திக்கும் சிக்கல்கள்	பாதுகாப்பாக சமாளிக்கும் முறைகள்
ஸ்மார்ட்போன் மற்றும் கணினி வகைக் கருவிகளைத் தொலைத்துவிடுதல்.	மறதிக் குணம் உள்ளவர்கள் அத்தகு கருவிகளை வெளியில் எடுத்துச் செல்லாமல் தவிர்ப்பது.
பயனாளர்கள் பெயரையும் பி.ஐ.என் (PIN)/பாஸ்வேர்டையும் மறந்து விடுதல்	வீட்டிலிருந்துகொண்டு மட்டும், எழுதி வைத்த குறிப்புகளைப் பயன்படுத்துதல்.
பண மோசடி செய்பவர்களின் சூழ்ச்சியில் எளிதில் சிக்குவது	புதியவர்களுடன் நிதிப் பரிமாற்றங் களைத் தவிர்ப்பது; அவசியமென்றால், பரிட்சயமான செயலி மூலம் பணப் பரிமாற்றம் செய்வது.
புதிய தொழில்நுட்பங்களைக் கற்றுக்கொள்ள முடிவதில்லை, பயன்படுத்தத் தெரியவில்லை	தேவையான இணையதளம்/செயலி களைத் நம்பிக்கைக்கு உரியவர்கள் மூலம் கற்பது.
முக்கியத் தகவல்களைப் பாதுகாப்பில்லாமல் பகிர்ந்துவிடுவது	முக்கியத் தகவல்களை நம்பிக்கைக்கு உரிய மற்றவர்கள் துணையுடன் பதிவிடுவது/பகிர்வது

பகுதி 3

மக்கள் தணிக்கை

மக்கள் தணிக்கை: அறிமுகம்

"**இ**ந்த ரோடு போட்டு ஒரு வருசம்கூட ஆகவில்லை. அதற்குள்ளே குண்டும் குழியுமாக ஆயிருச்சி"...

"அரசு கொடுக்கும் இலவசத்தையும் மானியத்தையும் அரசியல் வாதிகளும் அதிகாரிகளும் அவங்களுக்கு வேண்டியவங்களுக்கு மட்டும் கொடுக்கிறாங்க. பொதுமக்களுக்கு எந்த பலனும் இல்லை..."

"பஞ்சாயத்துக்கு எவ்வளவு பணம் ஒதுக்கினாங்க? எவ்வளவு செலவழிச்சாங்க? ஒண்ணுமே தெரியவில்லை. நிறைய பணத்தை அமுக்கிக்கிட்டாங்க..."

"அரசு நிலத்தை ஆக்கிரமிச்சி தற்காலிகப் பந்தல் போட்டிருக்காங்க. கொஞ்ச நாள் கழித்து அந்த நிலத்தை அவங்க பெயரில் பட்டா போட்டுக்குவாங்க..."

"கண்மாய் தூர்வாருகிற திட்டத்திலே வேலை எதுவுமே செய்யவில்லை. ஆனால் செய்தது மாதிரி கணக்கு காட்டிப் பணத்தை எடுத்துக்கிட்டாங்க..."

மேற்கண்ட சொற்றொடர்கள் பெரும்பாலோரின் அரசு குறித்துப் புலம்புபவைதான். ஆனால், பொதுவான புலம்பல்கள் பயனளிப்பதில்லை. தக்க முறைப்படுத்தும் நடவடிக்கைகளில் இறங்காமல், வெறும் புலம்பல்கள் மட்டும் பலனளிப்பதில்லை. அதற்கு உண்மையான தீர்வு, நாமே தணிக்கையராக மாறுவதுதான்.

நமக்கு நாமே தணிக்கை அணுகுமுறையை நம்முடைய குடும்பத்தின் வரவு-செலவுகளையும் நிகழ்வுகளையும் கடந்து, சமூக நிகழ்வுகளையும் தணிக்கை செய்யப் பின்பற்றலாம். சமூகம் சார்ந்தவற்றுள் மிக முக்கியமானது நமக்கு நாமே தேர்ந்தெடுத்துக் கொண்ட அரசுதான்.

இந்தியாவின் ஒன்றிய, மாநில அரசுகளின் வரவு-செலவு களையும், அவற்றின் செயல்பாட்டையும் தணிக்கை செய்ய இந்தியத் தணிக்கை மற்றும் கணக்குத் துறையும், பிற தணிக்கை அமைப்புகளும்

உள்ளன. நகர்ப்புற மற்றும் கிராமப்புற உள்ளாட்சி அமைப்புகளைத் தணிக்கை செய்யத் தனிப்பட்ட அமைப்புகள் உள்ளன.

ஆனால், நம்மை நேரடியாகப் பாதிக்கக்கூடிய அரசு அமைப்பு மற்றும் திட்டத்தின் செயல்பாட்டையும் தணிக்கை செய்து உண்மை நிலையை அறியும் தேவை நமக்குத்தானே அதிகம் உள்ளது! இயன்ற வரையில் அதைச் செய்ய முற்படுவது நமக்கும் நாட்டிற்கும் நல்லதுதானே! அதுவும் ஒரு குடிமகனின் கடமைதானே!

தொழில்முறைத் தணிக்கையர் என்ற தகுதி இல்லாமலேயே, ஒவ்வொருவரும் அரசு அலுவலகங்களின் செயல்பாட்டைத் தணிக்கை செய்ய முடியும் என்ற கருத்தை முன்னிருத்துவதே இப்பகுதி. நமக்கு நாமே தணிக்கை முறையின் அடிப்படைகளை, அரசின் செலவுகளையும் நிகழ்வுகளையும் தணிக்கை செய்யப் பின்பற்றினாலே போதும். வெற்றிகரமாகத் தணிக்கை செய்ய முடியும்.

அரசின் செயல்பாடுகளில் நமக்கு நாமே தணிக்கை அணுகுமுறையைப் பல வழிகளில் பின்பற்றலாம். அவற்றில் சிலவற்றை விரிவாகப் பார்க்கலாம். அவை:

1. தகவல் உரிமைச் சட்ட அணுகுமுறை
2. தரவுகள் ஆய்வு அணுகுமுறை
3. புவிப்பட ஆய்வு அணுகுமுறை
4. சமூகத் தணிக்கை அணுகுமுறை

மேற்கண்ட நான்கும் தனி நூல்களாகத் தொகுக்கவல்ல நீண்ட, ஆழமான செயல்முறைகளைக் கொண்டவை. அவற்றை அறிமுகப்படுத்துவதே இந்தப் பகுதியின் நோக்கம் என்பதால் முக்கியக் கூறுகள் மட்டும் எளிய முறையில் விளக்கப்பட்டுள்ளது.

மக்கள் தணிக்கை பயன்படுமிடங்கள்

மக்கள் தணிக்கை அணுகுமுறையானது சில குறிப்பிட்ட திட்டங்களுக்கு, - பெரும்பாலும் உள்ளாட்சி அமைப்புகள், மட்டும் பின்பற்றும் வகையில் செயல்படுத்தப்படுகின்றன. ஆனால், மக்களாட்சியில், நாடு மற்றும் மக்கள் நலம் சார்ந்த திட்டங்களின் செயல்பாடு குறித்து அறிந்துகொள்ள அனைவருக்கும் உரிமை உண்டு. அவற்றின் உண்மைத் தன்மையை மக்களே நேரடியாக அறிந்து கொள்ளும் வாய்ப்பை மக்கள் தணிக்கை ஏற்படுத்தும். சான்றாக, அதன் சில பயன்பாடுகள் மட்டும் பட்டியலிடப்பட்டுள்ளன.

1. திட்டங்களுக்கு ஒதுக்கப்பட்ட பணம் விதிமுறைகளுக்கு உட்பட்டு சரியாகப் பயன்படுத்தப்பட்டுள்ளதா என அறிந்து கொள்ளலாம்.
2. திட்டங்களின் பயனாளர்கள் சரியான முறையில் தேர்ந்தெடுக்கப் பட்டுள்ளனரா; தேர்ந்தெடுக்கப்பட்டவர்கள் தகுதியானவர்கள் தானா என அறிந்துகொள்ளலாம்.
3. அரசு நிலங்கள் ஆக்கிரமிப்பு செய்யப்பட்டுள்ளதா; நாட்டின் வளங்கள் சுரண்டப்படும் அபாயம் உள்ளதா என்பதைக் கண்டறிய முடியும்.
4. நமது கிராம மற்றும் நகர்ப்புறப் பகுதிகளில் மேற்கொள்ளப்படும் வளர்ச்சிப் பணிகள் செயல்படுத்தப்படும் விதத்தையும், அதன் முழுமைத் தன்மையையும் உறுதிப்படுத்திக்கொள்ள முடியும்.
5. அரசுப் பணியாளர்களின் பணித் திறனையும் செயல் திறனையும், மக்கள் நலப் போக்கையும் கண்காணிக்க முடியும்.

மக்கள் தணிக்கை மூலம் என்ன செய்ய முடியும் என்பதை அடுத்து உள்ள அனுபவத்தின் மூலம் அறியலாம்.

தடுப்பணைகளைக் காணவில்லை

ஒரு ஒன்றியத்தில் கட்டப்பட்ட தடுப்பு அணைகள், அவை எப்போது கட்டப்பட்டது, எவ்வளவு பணம் செலுத்தப்பட்டது என்பது குறித்த விவரங்களை ஒரு இளைஞன் தகவல் அறியும் சட்டம் மூலம் கேட்டுப் பெறுகிறான். தடுப்பணைகள் கட்டப்பட்ட இடங்களுக்குச் சென்று பார்த்தபோது, சில இடங்களில் தடுப்பணைகள் இல்லை. அதுகுறித்து வட்டார வளர்ச்சி அலுவலகத்தில் விளக்கம் கேட்டபோது, முறையான பதில் கிடைக்கவில்லை. கூடுதல் தகவல்கள் கேட்டு மீண்டும் தகவல் அறியும் சட்டத்தில் மீண்டும் விண்ணப்பிக்கிறான். இப்போது, கட்டி முடிக்கப்பட்ட தடுப்பணை மழை வெள்ளத்தில் அடித்துச் செல்லப்பட்டிருக்கலாம் என அனுமானமாகத் தகவல் தரப்படுகிறது. ஒரு குறிப்பிட்ட தடுப்பணை கட்டப்பட்டதாகக் கூறப்படும் இடத்தைப் படம்பிடித்துக்கொள்கிறான். தடுப்பணை கட்டும்போது பணம் செலுத்தப்பட்டதாகக் கூறப்படும் சிலரிடம் விசாரித்து, அவர்கள் தடுப்பணை கட்டும் பணியில் ஈடுபடவில்லை என்ற கையொப்பம் பெற்றுச் சான்றுகளைச் சேகரித்தான். அவற்றின் மூலம் சில தடுப்பணைகள் உண்மையில் கட்டப்படவில்லை என்றும், போலி ரசீதுகள் மூலம், பணம் செலுத்தப்பட்டுள்ளது என்றும் கண்டறிந்து புகாரளிக்கிறான்.

தவறு மற்றும் முறைகேடுகள் நடந்துள்ளதைச் சரியான ஆய்வின் அடிப்படையிலும் சான்றுகளின் அடிப்படையிலும் சுட்டிக்காட்டும் புகார்கள் மிகவும் வலுவானதாக இருக்கும். அதற்கு அரசு அதிகாரிகள்

தக்க நடவடிக்கைகள் மேற்கொண்டே ஆகவேண்டும். அரசுத் தணிக்கை அமைப்புகளுக்கு இல்லாத பல அனுகூலங்கள் மக்கள் தணிக்கை அணுகுமுறைக்கு உண்டு. தக்க நடவடிக்கை எடுக்கப்படாவிடில், கீழ்கண்ட மூன்று வழிகளைப் பின்பற்றலாம்.

1. உரிய நீதி மன்றத்தில் புகாரளிக்கலாம்
2. சமூக வலைதளங்களின் மூலம் அழுத்தம் கொடுக்கலாம்.
3. மக்களை ஒன்றுதிரட்டிப் போராட்டத்தை மேற்கொள்ளலாம்.

ஆகவே மக்கள் தணிக்கை சிறந்த முறையில் பயன்படுத்தப்பட்டு, மக்கள் இயக்கமாக மாறுகையில், அரசின் செயல்பாடு பெருமளவு மேம்படும் என்பது உறுதி.

7. தகவல் உரிமைச் சட்டம் மூலம் தணிக்கை

தகவல் உரிமைச் சட்டம் தணிக்கை செய்வதற்கான கருவி அல்ல. ஆனால், அது தணிக்கை செய்வதற்கான அடிப்படைத் தகவல் களையும் தரவுகளையும் திரட்டவல்ல சிறந்த வழிமுறை. அதனைச் சரியாகப் பயன்படுத்தித் தேவையான ஆவணங்களைப் பெற்று, அந்த ஆவணங்களைத் தணிக்கை செய்ய முடியும்.

ஆனால், தணிக்கைக்கு எந்த வகையான ஆவணங்கள் தேவையென இனம் கண்டு, அவற்றை உரிய அலுவலகத்திலிருந்து கேட்டுப் பெற வேண்டும். இதில் உள்ள சூட்சுமமே எந்தத் தகவல்களை எந்த அலுவலகத்திலிருந்து கேட்டுப் பெற வேண்டும் என்பதைத் தெளிவாக முடிவு செய்ய வேண்டும்.

சான்றாக, ஒரு அரசுப் பள்ளிக் கட்டடம் கட்டப்பட்டிருந்தால், அது குறித்த *(1)* திட்ட மதிப்பீடு, *(2)* திட்ட ஒப்புதல் ஆவணம், *(3)* ஒப்பந்தப் புள்ளி கோரிக்கை, நிபந்தனைகள் மற்றும் ஒப்பந்தப் புள்ளி சமர்ப்பித்தவர்களின் விவரம், *(4)* ஒப்பந்த ஆணை மற்றும் ஒப்பந்த உடன்படிக்கை *(5)* பயன்படுத்தப்பட்ட தொழிலாளர்களின் எண்ணிக்கை, *(6)* தொழிலாளர்களுக்குச் செலுத்தப்பட்ட கூலி/ தொகை, *(7)* ஒப்பந்ததாரருக்குச் செலுத்தப்பட்ட பணம், *(8)* பணம் செலுத்திய படிவ நகல்கள் *(9)* முடிக்கப்பட்ட பணியின் அளவீட்டுப் பதிவுகள் (Measurement Book) *(10)* பணி முடிக்கப்பட்டதற்கான சான்றுகள் மற்றும் அதன் தரம் குறித்த சான்றுகள் எனப் பல்வேறு ஆவணங்களை சம்மந்தப்பட்ட பொதுப்பணித் துறை அலுவலகத்தில் கேட்டுப் பெற வேண்டும்.

ஆவணங்களில் உள்ள சரத்துக்களை ஒன்றோடு ஒன்று தொடர்பு படுத்தி, அவற்றிற்குள் உள்ள முரண்களைக் கண்டறிந்தால், அவையே தணிக்கைக் குறிப்புகளாகும். தணிக்கைக் குறிப்புகளை மேலும்

வலுப்படுத்த, கட்டடம் கட்டுவதற்குப் பின்பற்றவேண்டிய செயல்முறைகளைக் கூறும் துறையின் கையேடுகளையும், தொடர்புடைய சட்டங்களையும் இணைத்துப் பார்த்தால் அவையே தணிக்கை அறிக்கைகளாகும்.

சான்றாகக் கீழ்க்கண்ட ஆய்வுகளைச் செய்து தக்க முடிவு எடுக்க வேண்டும்:

1. திட்ட ஒப்புதல் ஆணையில் இருக்கும் தொகையையும், உண்மையில் செலவிடப்பட்ட தொகையையும் ஒப்பிட்டுப் பார்க்க வேண்டும். செலவு அதிகமெனில் அதற்குரிய காரணங்களை விளக்கமாகக் கேட்கலாம்.

2. ஒப்பந்ததாரர் முறையாக/வெளிப்படைத் தன்மையில் தேர்ந்தெடுக்கப் பட்டாரா என்பதை ஒப்பந்தப் புள்ளி மதிப்பீடு அறிக்கையிலிருந்து (Tender Evaluation Report) தெரிந்துகொள்ளலாம்.

3. ஒப்பந்தப் புள்ளி கொடுக்கப்பட்ட தொகை நியாயமான விலையில் வழங்கப்பட்டுள்ளதா என்பதைத் திட்ட மதிப்பீட்டுடன் ஒப்பிட்டு அறியலாம்.

4. ஒப்பந்த உடன்படிக்கையின்படி கட்டடம் கட்டி முடிக்கப் பட்டுள்ளதா என்பதை உடன்படிக்கை சரத்துகளையும், முடிக்கப்பட்ட பணியின் அளவீட்டுப் பதிவுகளுடன் ஒப்பிட்டுத் தெரிந்துகொள்ளலாம்.

5. பணம் சரியாகச் செலுத்தப்பட்டுள்ளதா என்பதை அளவீட்டுப் பதிவுகளுடன், ஒப்பந்தப்புள்ளி மற்றும், பணம் செலுத்திய படிவங்களை ஒப்பிட்டுத் தெரிந்துகொள்ளலாம்.

6. தரச்சான்று ஆவணங்களுடன், ஒப்பந்த உடன்படிக்கை நிபந்தனை களையும், பணம் செலுத்தப்பட்ட படிவங்களையும் ஒப்பிட்டு, சரியான தரத்துடன் செய்யப்பட்டுள்ளதா என அறியலாம்.

மேலே குறிப்பிடப்பட்டுள்ளவை எடுத்துக்காட்டுகள் மட்டுமே. உண்மையில் நமக்குத் தோன்றும் ஐயங்கள் அனைத்தையும் ஆவண ஒப்பீடு மற்றும் பகுப்பாய்வு மூலம் தெளிவுபடுத்திக்கொள்ளலாம். நம் ஐயம், தக்க சான்றுகள் மூலம் உறுதியானால், அவைதான் தணிக்கைக் குறிப்புகள்/அறிக்கைகள்.

தகவல் உரிமைச் சட்டத்தின் மூலம் அரசு அதிகாரிகள் செய்த தவறுகளைக் கண்டறிந்து, அவர்களுக்குத் தண்டனை பெற்றுத்தந்த வெற்றிக் கதையை அறிவோம்.

யார் தகுதியானவர்கள்?

ஒரு மாநிலத்தின் பின்தங்கிய பகுதியில், அரசின் வீடு கட்டும் திட்டத்தின் கீழ், வீடுகள் தகுதி உள்ளவர்களுக்கு ஒதுக்கப்படவில்லை என்ற புகார்கள் எழுந்தன. அதன் உண்மைத் தன்மையை அறிந்து கொள்ளும் வகையில், திட்டத்தின் பலன்களைப் பெற என்ன தகுதிகள் வேண்டும் என்றும், இதுவரை ஒதுக்கப்பட்ட வீடுகள், பலன் பெற்றோர் விவரம், ஒதுக்கப்பட்ட நிதி, எப்போது ஒதுக்கப்பட்டது, எந்த அலுவலகம் மூலம் ஒதுக்கப்பட்டது போன்ற விவரங்களைத் தகவல் அறியும் சட்டத்தின் கீழ் பெறுகிறார் ஒருவர். வீடு புறத் தகுதி குறித்த விதிகளையும், பலன் பெற்றோரின் தகுதிகளையும் ஆராய்ந்ததில், தகுதியற்ற பலருக்கு வீடுகள் ஒதுக்கப்பட்டதும், தகுதியுள்ள பலருக்கு வீடுகள் மறுக்கப்பட்டதும் தெரிய வருகிறது. கூடுதலாக, நிதி முறைகேடு செய்ததும் தெரிய வருகிறது. சம்பந்தப்பட்டவர்கள் புகார் அளித்ததன் அடிப்படையில், தவறு செய்த அதிகாரிகள் மீது ஒழுங்கு நடவடிக்கையும் குற்றவியல் நடவடிக்கையும் மேற்கொள்ளப்பட்டது.

நன்றி: மத்திய தகவல் ஆணைய இணையதளம்

தகவல் உரிமைச் சட்டத்தைப் பயன்படுத்திக் கண்டறியப்பட்ட தணிக்கைக் குறிப்புகள் அல்லது அறிக்கைகளின் அடிப்படையில் அரசிடமோ (உயர் அதிகாரிகளிடம்), நீதி மன்றத்திடமோ புகாரளித்துத் தக்க நடவடிக்கை எடுக்கக் கோரலாம். அத்தகு தணிக்கைக் குறிப்புகளை/அறிக்கைகளைப் பொதுவெளியில் பகிர்ந்தால், சமூக அழுத்தத்தால் அரசும் அதிகாரிகளும் தக்க நடவடிக்கை எடுக்க வாய்ப்புள்ளது.

தகவல் அறியும் சட்டத்தின் மூலம் தக்க ஆவணங்களைப் பெற்று ஒப்பீட்டு அணுகுமுறையின் மூலம் ஒவ்வொருவரும் அரசுத் துறை/அலுவலகத்தின் செயல்பாட்டைத் தணிக்கை செய்ய முடியும். பொதுவாகத் தகவல் அறியும் சட்டத்தின் கீழ் ஒரு திட்டத்தின் செயல்பாடு, செலவினங்கள் முதலியனவற்றை மறுப்பதற்கான முகாந்திரம் இல்லை.

தகவல் உரிமைச் சட்டத்தின் கீழ் எந்த வகை ஆவணங்களைத் தர மறுக்கலாம் என்பதை அறிந்துகொண்டால், அவற்றைத் தவிர்த்து மற்ற இடங்களில், அதனைச் சிறப்பாகப் பயன்படுத்த முடியும்.

1. நாட்டின் இறையாண்மை மற்றும் பாதுகாப்பு தொடர்பான தகவல்கள்
2. நாடாளுமன்றம் மற்றும் சட்ட மன்றத்திற்குச் சமர்பிக்கவேண்டிய ஆவணங்கள்

3. ரகசியங்கள் மற்றும் ரகசியக் காப்பு பிரமாணத்திற்குட்பட்ட தகவல்கள்
4. தனி நபர் குறித்த தகவல்கள், பிறர் உயிருக்கு பாதிப்பு ஏற்படுத்தும் தகவல்கள்
5. தகவல்களைத் திரட்ட அதிகப்படியான உழைப்பு தேவைப்படும் தகவல்கள்.
6. நீதிமன்றத்தை அவமதிக்கும், கண்டனத்திற்கு உள்ளாகும் தகவல்கள்
7. புலனாய்வை பாதிக்கக்கூடிய தகவல்கள்
8. அமைச்சரவைக் குறிப்புகள் (சில விதிமுறைகளுக்கு உட்பட்டு)

மேற்கண்ட தகவல்களைத் தவிர, பிற தகவல்கள் அனைத்தும் தகவல் உரிமைச் சட்டத்தின் கீழ் தரப்பட வேண்டும். அவற்றைத் தணிக்கைக்குப் பயன்படுத்தலாம்.

இந்திய மாநிலங்களில் தகவல் அறியும் சட்டத்தைப் பயன்படுத்தும் மாநிலங்களில் தமிழ்நாடு முன்னணியில் உள்ளது. இந்நிலையில், சரியான தகவல்களைக் கேட்டுப் பெற்று, அதனை ஆய்வுசெய்து, தக்க மேல் நடவடிக்கை எடுக்கச் செய்தால், அரசு அலுவலகங்களின் செயல்பாட்டை மேம்படுத்த முடியும்.

8. தரவுகள் ஆய்வுத் தணிக்கை

தணிக்கைச் செயல்முறையின் முக்கியப் பகுதியாக இருப்பது தரவுகள் ஆய்வு. பெரும்பாலான தணிக்கைச் செயல்முறைகள் தரவுகள் ஆய்விலிருந்தே தொடங்குகின்றன. தரவுகள் ஆய்வு செய்வதற்கு சில சிறப்புத் தகுதிகள் வேண்டும். நன்கு பயிற்சிபெற்ற தணிக்கையர்கள் தரவுகள் ஆய்வில் திறம்பட செயல்படுகிறார்கள். ஆனால் சில அடிப்படைத் தரவு ஆய்வு செய்வதற்கெனச் சிறப்புத் தகுதிகள் தேவைப்படுவதில்லை. இயல்பாக உள்ள பொது அறிவின் மூலமாகவும் அடிப்படைக் கணினி அறிவின் (MS Excel) மூலமாகவும் தரவுகள் ஆய்வு நடத்த முடியும்.

> **தரவுகளும் தகவல்களும்?**
>
> ஒரு மாதம் முழுவதும் செலவு செய்த செலவினங்களின் பட்டியலும் அதன் கூட்டுத் தொகையும் தரவு களாகும்.
>
> செலவினப் பட்டியலை ஆய்வு செய்து, இந்த மாதம் பயணச் செலவு மற்ற செலவுகளை விட அதிகம் என்ற முடிவைத் தருவது தகவல்.

பொதுமக்கள் நலத்திட்டங்கள் பயன்படுத்தும் தரவுகளைக் குறிப்பிட்ட துறையிலிருந்தோ, அரசுத் தகவல் பெட்டக வலை தளங்களிலிருந்தோ பெற்று, அவற்றை ஆய்வுசெய்ய முடியும். சில தரவு அட்டவணைகள் பொதுவெளியில் உள்ளன. சில தகவல் உரிமைச் சட்டத்தின் மூலம் பெற முடியும். அவ்வாறு பெற்ற தரவுகளைச் சில எளிமையான தரவு ஆய்வுகள் மேற்கொண்டு தணிக்கை செய்ய முடியும்.

தரவுகள் ஆய்வில் கீழ்கண்ட விசயங்கள் குறித்து முடிவு மேற்கொள்ளலாம்:

1. தரவுகள் முழுமையாக உள்ளனவா?
2. தரவுகள் இடைவெளியின்றித் தொடர்ச்சியாக உள்ளனவா?
3. தரவுகள் மீண்டும் மீண்டும் (ஒன்றுக்கும் மேற்பட்ட முறை) பதிவு செய்யப்பட்டுள்ளனவா?

4. தரவுகளில் அசாதாரணமான/நம்பத்தகாத தரவுகள் (மிக மிக அதிக / குறைவான அளவீடு கொண்ட தகவல்கள்) இடம் பெற்றுள்ளனவா?
5. தரவுகளின் கூட்டுத் தொகைகள் சரியாகக் கணக்கிடப் பட்டுள்ளனவா?
6. தரவுகளை ஒன்று அல்லது அதற்கு மேற்பட்ட காரணிகளைக் கொண்டு வடிகட்டி சரியான முடிவுகள் மேற்கொள்ளப் பட்டுள்ளவா?
7. தரவு அட்டவணையில் காலி இடங்கள், "0", "-" போன்ற பயனற்ற குறியீடுகள் உள்ளனவா?

மேற்கண்ட வினாக்களுக்கு எளிதில் விடை காணலாம். தரவுகள் ஆய்வினை எந்த இடத்தில் பயன்படுத்துவது, எப்படிப் பயன்படுத்துவது என அறிந்துகொள்வது சமூகப் பொறுப்பு உள்ளவர்களுக்குப் பயனுள்ளதாக இருக்கும். எடுத்துக்காட்டாக, சிறப்பு உதவித்தொகை பெறும் மாணவர்களின் தரவுகளைத் தணிக்கை செய்வதில் உள்ள அடிப்படை ஆய்வுகள் அடுத்து உள்ள அட்டவணையில் தரப்பட்டுள்ளது. இதில் என்ன தவறுகள் உள்ளன எனக் கண்டுபிடிக்க முயற்சி செய்யுங்கள். (தரவுகள் கற்பனையானவை)

அடையாள எண்	பெயர்	வயது	பாடப் பிரிவு	சமூகப் பிரிவு	பெற்றோர் ஆண்டு வருமானம் (ரூ)	கூடுதல் குறிப்பு
16201	வள்ளியம்மாள்	18	கணிதம்	பிற்படுத்தப்பட்டோர்	90000	
16202	ஆசியப்பன்	18	இயற்பியல்	பட்டியலினத்தவர்	85000	
16203	அகிலா	10	வேதியியல்	பிற்படுத்தப்பட்டோர்	92000	
16204	ஈஸ்வரி	18	வணிகவியல்	பிற்படுத்தப்பட்டோர்		
16206	செந்தமிழ்	19	இயற்பியல்		70000	
16207	ராதிகா	19	ஆங்கிலம்	பட்டியலினத்தவர்	98000	
16208	இளங்கோ	29	தமிழ்	மிகவும் பிற்படுத்தப்பட்டோர்	81000	
16202	சுப்புராஜ்	18	இயற்பியல்	பட்டியலினத்தவர்	85000	
16209	முகம்மது	18	கணிதம்	பிற்படுத்தப்பட்டோர்	83000	
16210	முனியசாமி	18	கணிதம்	பட்டியலினத்தவர்	65000	
	அண்ணாதுரை	18	வேதியியல்	பழங்குடியினர்	48000	

மேலுள்ள அட்டவணையைக் கொண்டு தரவுகள் தணிக்கையில் என்ன கண்டறியலாம் எனக் காணலாம்:

இதுபோன்ற தரவு ஆய்வினை இரண்டு அல்லது பல தரவு அட்டவணைகளை இணைத்தும் ஆய்வு செய்யலாம். அதற்கு அடையாள 'அட்டை எண்' போன்று தனித்துவம் பெற்ற எண் அல்லது குறியீடுகள் தேவை.

1. அட்டவணை முழுமைத்தன்மையில் (Completeness) இல்லை; பல நிரப்பப்படாத தகவல்கள் உள்ளன.
2. தரவு இடைவெளி (Gap): அடையாள எண் 16205 இல்லை.
3. தரவு இரட்டிப்பு (Duplication) எண் 16202 இருமுறை இடம் பெற்றுள்ளது.
4. 16204 க்கு வருமானம் விடுபட்டுள்ளது; 16206 க்கு சமூகப் பிரிவு விடுபட்டுள்ளது. தகுதி இல்லாதவருக்குக் கொடுக்கப்படிருப்பதற்கான வாய்ப்பு உள்ளது.
5. அசாதாரணமான தரவு: 16208 ல் வயது 29 என உள்ளது. மாணவரின் வயது தவறாகப் பதிவு செய்திருக்க வாய்ப்பு உள்ளது.
6. மேற்கண்டவை தவிர, கூட்டுத் தொகை தவறு, அர்த்தமற்ற குறியீடுகள் என அனைத்து வகை தணிக்கைக் குறிப்புகளுக்கும் வாய்ப்பு உள்ளது.

அவற்றை நீங்களே கண்டறிந்துவிட்டால், தரவுகள் தணிக்கை அணுகுமுறையைக் கற்றுக்கொண்டுவிட்டீர்கள் எனப் பொருள். முயன்று பாருங்கள்.

தரவுகள் ஆய்வுத் தணிக்கையின் பயன்பாடுகள்

அடுத்து குறிப்பிடும் பயனாளிகள் தேர்வு குறித்தத் தரவுகள் ஆய்வு எளிமையாக விளக்கும் நோக்கில் பயன்படுத்தப்பட்டுள்ளது. ஆனால் இத்தகு ஆய்வுகள் எல்லாத் தரவுகளிலும் பயன்படுத்த முடியும்.

1. ஒரு குறிப்பிட்ட திட்டத்தின் கீழ் பயனாளிகளைத் தெரிவு செய்வதில் சரியான நடைமுறை பின்பற்றப்பட்டுத் தகுதியானவர்கள் மட்டும் தெரிவு செய்யப்பட்டுள்ளனரா என முடிவு செய்யலாம்.
2. குறிப்பிட்ட திட்டத்தின் கீழ் தகுதியான நபர்கள் விடுபட்டுள்ளனரா என்பதையும் அறிந்துகொள்ளலாம்.
3. ஒரே திட்டத்தின் கீழ் ஒரே நபர் பலமுறை பயன்பெற்றுள்ளாரா என்பது குறித்தும் தெரிந்துகொள்ளலாம்.
4. தரவுகளின் நம்பகத் தன்மையையும், தரவு வரிசையின் இரு துருவங்களிலும் உள்ள தகவல்களில், பயனாளிகளைத் தெரிவு

செய்வதில் உள்ள சிக்கலையும், நடைமுறையில் நிகழும் தவறுகளையும் அறிந்துகொள்ளலாம்.

5. தரவுகளை மேலிருந்து கீழாகவோ, கீழிருந்து மேலாகவோ வரிசைப்படுத்தி, பயனாளிகள் குறித்த முடிவுகள் சரியாக மேற்கொள்ளப்பட்டிருக்கிறதா என அறிந்துகொள்ளலாம்.
6. பயனாளிகளின் தகுதியை நிர்ணயம் செய்யப் பல்வேறு காரணிகளைக் கொண்டு, தரவுகளை வடிகட்டிப் பயனாளிகள் தேர்வு முடிவைச் சரிபார்க்கலாம்.
7. தரவு அட்டவணையில் உள்ள வெற்றிடங்களும், பயனற்ற குறியீடுகளும், பயனாளிகள் தேர்வில் தவறுகள் நடந்திருப்பதற்கான வாய்ப்புகளைக் குறிக்கும்.

இது தவிர, தரவுகளை விளக்கப்படங்கள் (Chart) வரைந்து, அவற்றின் அடிப்படையிலும் தணிக்கை முடிவுகள் மேற்கொள்ளலாம். தரவுகள் ஆய்வின் முடிவுகள் தவறுகள் நடந்துள்ளதைச் சுட்டிக் காட்டும். அதனடிப்படையில் ஆழமாக ஆய்வுசெய்து தக்க சான்றுகளைப் பெறும்போது தணிக்கை முழுமைபெறும். ஆனால், அடிப்படைத் தரவு ஆய்வுகளின் மூலம் தவறு நடந்திருப்பதைச் சுட்டிக் காட்டுவதன்மூலம், அரசும் பிற அமைப்புகளும் உண்மைத் தன்மையை ஆய்வுசெய்யத் தூண்டலாம்.

தரவுகள் ஆய்வு சாத்தியமா?

அண்மைக் காலத்தில் வெற்றிகரமாகத் தனி நபர்களால் நடத்தப்பட்ட தரவுகள் ஆய்வு, கோவிட் தொற்றுநோய் குறித்தது. அரசு வெளியிடும் நோயாளிகள், அவர்களின் இருப்பிடம், நோயின் தன்மை ஆகியவற்றின் அடிப்படையில், நோய் பரவும் வேகத்தைக் கண்டறிந்து, அவற்றைக் கட்டுப்படுத்துவதற்கு உரிய உத்திகளை முடிவுசெய்ய உதவின. அவையெல்லாம் தணிக்கை அல்ல. பெரும்பாலானவை, முன்கணிப்பு ஆய்வு *(Predictive Analysis)* **அடிப்படையிலானவை. அவை தணிக்கை அணுகுமுறை ஆகா. அதற்கு மாறாக, தரவுகள் விளக்கமான ஆய்வு** *(Descriptive analysis),* **காரணம் கண்டறிதல்** *(Diagnostic analysis),* **முரண் கண்டறிதல்** *(Anomaly detection),* **போன்ற தரவுகள் ஆய்வு அணுகுமுறை, மக்கள் தணிக்கையில் பெருமளவு பயன்படுவதற்கு வாய்ப்பிருக்கின்றன. ஆனால், கோவிட் நோய்த் தொற்றுக் காலத்தில் இருந்த தரவுகள் ஆய்வு குறித்த ஆர்வம், மற்ற காலங்களில் அரசின் செயல்பாட்டை ஆய்வுசெய்வதில் இல்லாமல் போனது வருத்தத்திற்குரியது.**

தமிழ்நாடு குறித்த அடிப்படைத் தரவுகள் tn.data.gov இணையதளத்திலும், ஒன்றிய அரசு குறித்த தரவுகள் data.gov.in இணையதளத்திலும் உள்ளன. வேறு சில முக்கியத் தரவுகள், ஒன்றிய அரசின் nic.in இணையதளத்திலும், இந்திய ரிசர்வ் வங்கியின் இணையதளத்திலும், நிதி ஆயோக்கின் (National Data Analytic Platform) இணையதளத்திலும், புள்ளியியல் துறையின் இணையதளத்திலும் உள்ளன. இது போல் பல துறைகளிலும் பொதுத் தளங்களில் உள்ள தரவுகளை மக்கள் தணிக்கைக்குப் பயன்படுத்தலாம். தேவையான தரவுகளைக் கண்டறிந்து பதிவிறக்கம் செய்யலாம். பதிவிறக்கம் செய்யும் முன் சில அடிப்படைத் தகவல்களைப் பதிவுசெய்ய வேண்டும். கட்டணம் ஏதுமில்லை.

ஆனால், மக்கள் தணிக்கையில் பயன்பட வல்ல தரவுகள் மேற்கண்ட தளங்களில் அதிகம் இருப்பதில்லை. அல்லது உரிய நேரத்தில் பதிவேற்றம் செய்யப்படுவதில்லை. ஆனால், பல முக்கியத் தரவுகள் குறிப்பிட்ட அரசு அலுவலகங்களில் உள்ளன. அவை தகவல் உரிமைச் சட்டத்தின் மூலம் பெறுவதற்கும் வாய்ப்புகள் உள்ளன.

இந்தியாவில் பொதுமக்கள் செய்யும் தரவுகள் ஆய்வு இன்னமும் தொடங்கவில்லை என்ற நிலையிலேயே உள்ளன. ஆனால், தரவுகள் ஆய்வு மேற்கொள்வதற்குத் தகுதிபெற்ற பல தனி நபர்களும், அரசு சாரா நிறுவனங்களும் உள்ளன. அவர்களுக்குத் தரவுகள் பெறுவதில் சிக்கல்கள் நிலவுகின்றன என்றாலும், அதிதீவிர முயற்சிகள் மேற்கொள்ளப்படவில்லை என்பதே உண்மை. தற்போது புதிதாக ஏற்கப்பட்ட "தரவுகளைப் பெறுதல் மற்றும் பயன்படுத்துதல் கொள்கை" (India Data Accessability and Use Policy 2022) அரசிடம் உள்ள தகவல்களைப் பகிர்வதற்கு வழிவகுக்கின்றது.

9. புவிப்பட ஆய்வுத் தணிக்கை

நம்மைச் சுற்றியுள்ள நிலப்பரப்பில் பல்வேறு இயற்கை வளங்களைக் குறித்த குறிப்புகள் உள்ளன. இயற்கை வளங்கள் என்பன வனப்பகுதிகள் முதல் பூமியில் புதைந்துள்ள கனிம வளங்களையும், புவிப்பரப்பில் பெரிதும் படர்ந்திருக்கும் நீர் நிலைகளையும் உள்ளடக்கியது. அந்த இயற்கை வளங்கள் எந்த ஒருவருக்கும் சொந்தமானது அல்ல. அது இந்த மனித குலத்திற்கே சொந்தமானது. அதாவது தற்போது வாழும் மனிதர்களுக்கு மட்டுமல்ல; எதிர்காலத்தில் வாழப்போகும் மனிதர்களுக்கும் உரித்தானது. அந்த வகையில், அரசு என்பது அத்தகு வளங்களைத் தற்காலத்தில் மேலாண்மை செய்யும் பொறுப்பு மிக்கவர்கள் மட்டுமே.

இயற்கை வளங்களின் பயன்பாட்டையும், அவற்றைச் சுரண்டுவதைத் தடுக்கும் செயல்முறைகளையும் அனைவரும் அறிந்து கொள்ளும் எளிய வழிமுறைகள் உண்டு. அத்தகு செயலிகள் இன்டர்நெட்டில் இலவசமாகவே கிடைக்கின்றன. அவற்றைப் பயன்படுத்துவதன் மூலம் நம்மைச் சுற்றி நடைபெறும் இயற்கை வளச் சுரண்டலை அறிந்துகொள்ள முடியும். இத்தகு இலவச செயலிகள் இயற்கை வளச் சுரண்டலைக் கோடிட்டுக் காட்டுமேயன்றி, சான்றுகளுடன் முழுமையாக நிரூபிக்க உதவாது என்பதைப் புரிந்து கொள்ள வேண்டும். சமூகப் பொறுப்பு உள்ள ஒவ்வொருவரும் அந்த அணுகுமுறையைப் பின்பற்றினால், பொதுமக்களிடையே விழிப்புணர்வு ஏற்படுத்தி இயற்கை வளச் சுரண்டலைத் தடுக்க முடியும்.

இன்டர்நெட்டில் பல இணையதளங்கள் இத்தகு சேவைகளை வழங்கினாலும், மிகவும் பிரபலமானதும் பயனுள்ளதுமாக இருப்பது 'கூகுள் எர்த் ப்ரோ' (Google Earth Pro) என்னும் செயலி. இந்த செயலியின் மேசைக் கணினி வகையிலான (Desktop version) செயலியில் இயற்கை வளத் தணிக்கைக்கு உரிய சில மிக முக்கிய வசதிகள் உள்ளன. அவற்றைப் பயன்படுத்துவதன் மூலம் இயற்கை வளங்களைச் சுரண்டும் நடவடிக்கைக்கு எதிராக, முதலடியை எடுத்து

வைக்க முடியும். அதை எப்படிச் செய்வது என்றும் அறிந்து கொள்வோம்.

கூகுள் எர்த் ப்ரோ செயலியின் பயன்கள்

இந்தச் செயலியைப் பயன்படுத்தி பின்வரும் ஆய்வுகளைச் செய்ய முடியும்.

1. ஒரு நிலப்பரப்பின் தற்போதைய நிலை அல்லது மிக அண்மையில் இருந்த நிலையைக் கணினியில் நேரடியாகக் காணலாம்.
2. நிலப்பரப்பின் குறிப்பிட்ட பகுதியின் பரப்பளவையும் சுற்றளவையும் துல்லியமாகக் (சுமார் 95 விழுக்காடு வரை) கணக்கிட முடியும்.
3. இரு வேறு நிலப்பரப்பு/நிலப் புள்ளிகளுக்கிடையேயான தூரத்தை நேர் கோட்டிலோ/வளைந்து செல்லும் சாலை வழித் தூரத்தைக் கணக்கிட முடியும்.
4. ஒரு பகுதியின் பரப்பளவில் வெவ்வேறு காலகட்டத்தில் ஏற்பட்ட மாற்றங்களைக் கண்டறியவும் கணக்கிடவும் முடியும். குறிப்பாக அண்மைக் காலத்தில் ஏற்பட்ட மாற்றத்தைச் சரியாகக் கண்டறிய/ கணக்கிட முடியும்.
5. குறிப்பிட்ட நிலப்பரப்பில் ஆக்கிரமிப்பு செய்யப்பட்டிருந்தாலோ, அண்மையில் ஏதேனும் கட்டடம் கட்டப்பட்டிருந்தாலோ, வெக தொலைவிலிருந்தே கண்டறிய முடியும்.

இத்தகு கூறுகளைக் கொண்டு ஆற்று மணல், கிரானைட் கற்களெடுத்தல் உட்பட கனிமங்கள் எடுக்கப்பட்ட பகுதியை ஆராய முடியும். மேலும் இயற்கைப் பேரிடரால் விவசாய நிலங்களில் ஏற்பட்ட பாதிப்பையும் ஓரளவு கணக்கிட முடியும்.

புவிப்படத் தணிக்கை முறை:

இந்தச் செயலியைப் பயன்படுத்தி மேற்கண்டவற்றைக் கணக்கிடும் முறை:

1. 'கூகுள் எர்த் ப்ரோ' மேசைக் கணினி வகையினைப் பதிவிறக்கம் செய்து நமது கணினியில் நிறுவிக்கொள்ள வேண்டும்.
2. செயலியில் உள்ள தேடும் கட்டத்திற்குள் (Search) நமக்குத் தேவையான இடத்தின் பெயரைப் பதிவுசெய்தால் திரையில் அந்த இடம் தெரியும். புவி-ஒருங்கிணைப்புப் புள்ளிகளையும் (Geo-coordinates) பயன்படுத்தலாம்.
3. செயலியின் செயல் பட்டியலில் (Menu) உள்ள பரப்பளவு கணக்கிடும் சின்னத்தைத் (Polygon Icon) தேர்வு செய்துகொள்ள வேண்டும்.

4. நாம் கணக்கிடத் தேவையான பரப்பின் சுற்றுப்புறத்தில் கணினியின் சுட்டி (Mouse) மூலம் புள்ளிகள் வைத்துத் தேவையான பரப்பளவைத் தேர்ந்தெடுத்தால், அந்தப் பரப்பின் சுற்றளவும், பரப்பளவும் திரையில் தெரியும். தேர்ந்தெடுக்கப்படும் பரப்பு எந்த வடிவத்திலும் இருக்கலாம். சதுரம், செவ்வகம் மற்றும் வட்டம் எனக் குறிப்பிட்ட வடிவத்தில் இருக்க வேண்டியதில்லை.

5. இந்த முறையில் துல்லியமான கணக்கீடு என்பது, தேர்ந்தெடுக்கும் புள்ளிகளுக்கான இடத்தைப் பொறுத்து அமையும். மிகத் துல்லியமாகக் கணக்கிட வரைபடத்தைப் பெரிதாக்கி, அதில் புள்ளிகளைத் தேர்வு செய்யலாம்.

6. மேற்கண்ட படத்தையும் அளவீடுகளையும் சான்றாகப் பயன்படுத்துவதற்காகத் திரைச் சுவடாகப் (Screen shot) படம் பிடித்துக்கொள்ளலாம்.

7. அதே வகையில், பரப்புச் சின்னத்திற்குப் பதிலாக பாதைச் (Path) சின்னத்தைத் தேர்ந்தெடுத்துப் பயன்படுத்துவதன் மூலம், இரு பகுதிகளுக்கு இடையேயான தொலைவைக் கணக்கிடலாம். மாறாக, Show ruler என்கிற சின்னத்தை அழுத்தி, இரண்டு இடங்களுக்கு இடையிலான தூரத்தை அளவிடலாம். இந்தச் சின்னத்தை அழுத்தியவுடன் வரைபடத்தில் புள்ளிகள் வைப்பதற்குத் தூண்டும். புள்ளிகள் வைத்த உடன், இரண்டு புள்ளிகளுக்கிடையேயான தொலைவைக் காட்டும். மீட்டர், கி.மீ, அடி, என எந்த அளவிற்கும் மாற்றிக்கொள்ளலாம்.

8. திரையில் தேர்ந்தெடுக்கப்பட்ட பகுதியின் தற்போதைய படம் மட்டும் தெரியும். ஆனால், காலத்தில் பின்னோக்கிச் சென்று சில மாதங்கள்/ஆண்டுகளுக்கு முந்தைய நிலையை அறிய முடியும். அதற்குச் செயலியின் மேற்பகுதியில் உள்ள காலம் காட்டும் பட்டையைப் (Time series bar) பின்னோக்கி நகர்த்துவதன் மூலம், சில குறிப்பிட்ட காலத்திற்கு முன்பு அதே இடத்தில் எடுக்கப்பட்ட வரைபடம் தோன்றும். அதைத் திரைச் சுவடாகப் (Screenshot) படமெடுத்துக்கொள்ளலாம். அதிலும் பரப்பளவு மற்றும் சுற்றளவைக் கணக்கிட முடியும்.

9. தற்போதைய படத்தையும், அதே பகுதியில் முந்தைய காலகட்டத்தில் எடுக்கப்பட்ட படத்தையும் அவற்றின் அளவுகளையும் ஒப்பிட்டால் சில முடிவுகளை மேற்கொள்ள முடியும். அவற்றின் மூலம்,

   • ஆற்று மணல் மற்றும் கனிமச் சுரங்கங்கள் பகுதியில் ஏற்பட்ட மாற்றங்களைக் கணக்கிடலாம். அவற்றைக் கனிம வளத்

துறை மற்றும் வருவாய்த் துறையிலிருந்து பெறப்படும் 'கனிமம் வெட்டியெடுக்கும் ஒப்புதல்' (Mining Plan approval) ஆவணத்துடன் ஒப்பிட்டுக் கனிமம்/மணல் எடுக்கப்பட்டதற்கான அளவை முடிவுசெய்யலாம்.

- வனப் பகுதியில் ஏற்பட்ட மாற்றம் (அதிகரித்தல்/குறைதல்) போன்றவற்றை அறியலாம். அதனை வனத்துறை ஆவணங்களுடன் ஒப்பிடலாம்.
- எந்தப் பகுதியாவது ஆக்கிரமிப்பிற்கு உள்ளாகி இருந்தால், அதன் உண்மை நிலையைப் புவிப்படத்தின் வெவ்வேறு கால கட்டப் படங்கள் மூலம் அறியலாம்.

கூகுள் எர்த் ப்ரோ செயலியைப் பயன்படுத்த எந்தவித சிறப்பு அனுமதியும் தேவையில்லை. அரசிடம் இருந்து பெறவேண்டிய ஆவணங்கள் பலவும் பொது வெளியில் இயல்பாகவே இருக்க வேண்டியவை. அவ்வாறு இல்லையெனில், தகவல் உரிமைச் சட்டம் மூலம் அவற்றைப் பெறலாம். இந்த செயலிகள் மூலம் கனிமங்கள் எடுக்கப்பட்டதன் எடையை/கன அளவைக் கணக்கிட முடியாது. ஆனால், பரப்பளவில் நிலவும் குறைபாடுகளைக் கண்டறிந்து உரிய அதிகாரிகளின் கவனத்திற்குக் கொண்டுசென்று நடவடிக்கை எடுக்கச் செய்யலாம்.

கூகுள் எர்த் ப்ரோ பயிற்சி

இந்த செயலியைப் பயன்படுத்துவதற்கு சிறப்புப் பயிற்சி ஏதும் தேவையில்லை. இதைப் பயன்படுத்துவது குறித்த பயிற்சி விளக்கக் காணொலிகள் YouTube தளத்தில் போதுமான அளவு இருக்கின்றன. அவை அனைத்தும் இலவசமே. அடிப்படை ஆங்கில அறிவு கொண்டவர்கள் அவற்றைப் பார்த்துப் புரிந்துகொள்ள முடியும்; செயலியைப் பயன்படுத்த முடியும். ஓரிரு மணி நேரங்களில் கற்றுக் கொள்ளலாம். சில முறை பயன்படுத்திய உடன் நல்ல தேர்ச்சி பெற்றுவிடலாம்.

புவிப்படத் தணிக்கை செயல் விளக்கம்

அடுத்து உள்ள விளக்கப்படத்தில் கஜா புயலிற்கு முன்பும் புயலிற்குப் பின்னும் கூகுள் எர்த் ப்ரோவிலிருந்து எடுக்கப்பட்ட ஒரு பகுதியின் படங்கள் உள்ளன. இந்தப் படங்கள் கால மாற்றத்தில் ஓரிடத்தில் ஏற்பட்ட மாற்றங்களைத் தெளிவாகக் காட்டுகின்றன. புயலின் தாக்கத்தால் தென்னந்தோப்பில் ஏற்பட்ட அழிவை எளிதில் கணக்கிடலாம்; மரங்களைக்கூட எண்ண முடியும்.

1. தேடும் பகுதியில் ஒரு இடத்தின் பெயரைப் பதிவுசெய்து தேடலாம். அந்த இடத்தின் சுற்றுப்புறத்தில் உள்ள இடங்களை

அடையாளம் கண்டு, அந்த இடங்களை ஆய்வு செய்யலாம். புவிப்படத்தைத் தேவைக்கு ஏற்ப பெரிதாக்கிக்கொண்டால், ஆய்வு செய்யவேண்டிய இடத்தைத் துல்லியமாகக் குறிக்கலாம்.

2. புவிப்படத்தில் Image Overlay என்கிற சின்னத்தை அழுத்தினால், இரண்டு படங்களை ஒன்றின் மேல் ஒன்றாக அடுக்க முடியும். இவ்வாறு அடுக்குவதன் மூலம், அந்தக் குறிப்பிட்ட இடத்தில், இரு வேறு காலகட்டங்களில் ஏற்பட்ட மாற்றத்தைத் தெளிவாக அறிய முடியும். அந்த மாற்றம் ஏற்பட்ட பகுதியைத் தெளிவாகக் குறித்து அளவிட முடியும். சுரங்கங்களில், கனிமம் எடுக்கப்பட்ட பகுதியில் ஏற்பட்ட மாற்றம், வனப்பகுதியில் ஏற்பட்ட மாற்றம், பொது இடங்கள் ஆக்கிரமிப்பு குறித்த மாற்றம் போன்றவற்றைக் கண்டறிய உதவும்.

3. புவிப்படத்தில் Add polygon சின்னத்தை அழுத்தி நமக்கு வேண்டிய பகுதியைத் தேர்ந்தெடுக்க முடியும். இந்தச் சின்னத்தை அழுத்தியவுடன், ஒரு பகுதியைத் தேர்ந்தெடுப்பதற்கான எல்லைக் கோட்டில் புள்ளிகளை வைக்கும் வகையில் கணினியின் மவுசை அழுத்தினால், நாம் ஆய்வு செய்யவேண்டிய பகுதியைத் தேர்ந்தெடுக்கலாம். துல்லியமான அளவிற்குப் புள்ளிகளை நெருக்கமாக வைக்க வேண்டும். தேவைப்பட்டால் படத்தைப் பெரிதாக்கிக்கொள்ளலாம். தேர்ந்தெடுக்கும் பகுதி எந்த வடிவத்திலும், அளவிலும் இருக்கலாம். இதன் மூலம் சுற்றளவையும் பரப்பளவையும் கணக்கிடலாம்.

4. புவிப்படத்தில் கடிகாரச் சின்னத்தைத் தேர்ந்தெடுத்தால், அதன் கீழ் நீல நிறத்தில் ஒரு பட்டை தோன்றும். அந்தப் பட்டையின் தொடக்கத்திலும், முடிவிலும் வருடங்கள் குறிப்பிடப்பட்டிருக்கும். நல்ல நிறப்பட்டையில் வெள்ளைக் கோடுகள் காணப்படும். இவை இரண்டும், அந்தக் குறிப்பிட்ட இடத்திற்கான படங்கள் இருப்பதைச் சுட்டிக்காட்டும். கணினியின் மவுசை அந்த நீலப் பட்டையில் முன்னும் பின்னும் நகர்த்தும்போது, அந்த காலகட்டத்திற்குரிய படங்கள் திரையில் தோன்றும். இதனை ஆய்வு செய்வதன் மூலம், முந்தைய காலத்திலிருந்து தற்காலத்தில், அந்தக் குறிப்பிட்ட இடத்தில் ஏற்பட்ட மாற்றத்தை அறிந்துகொள்ளலாம்.

இந்த ஆய்வின் மூலம் ஏதேனும் தவறு நடந்திருப்பதற்கான முகாந்திரம் இருந்தால் சட்டரீதியாக/நீதி மன்றம் மூலமாக நடவடிக்கை எடுக்க முடியும். அல்லது அதுபோன்ற அடிப்படை தணிக்கைக் குறிப்புகளைப் பொது வெளியில் பகிர்வதன் மூலம், சமூக

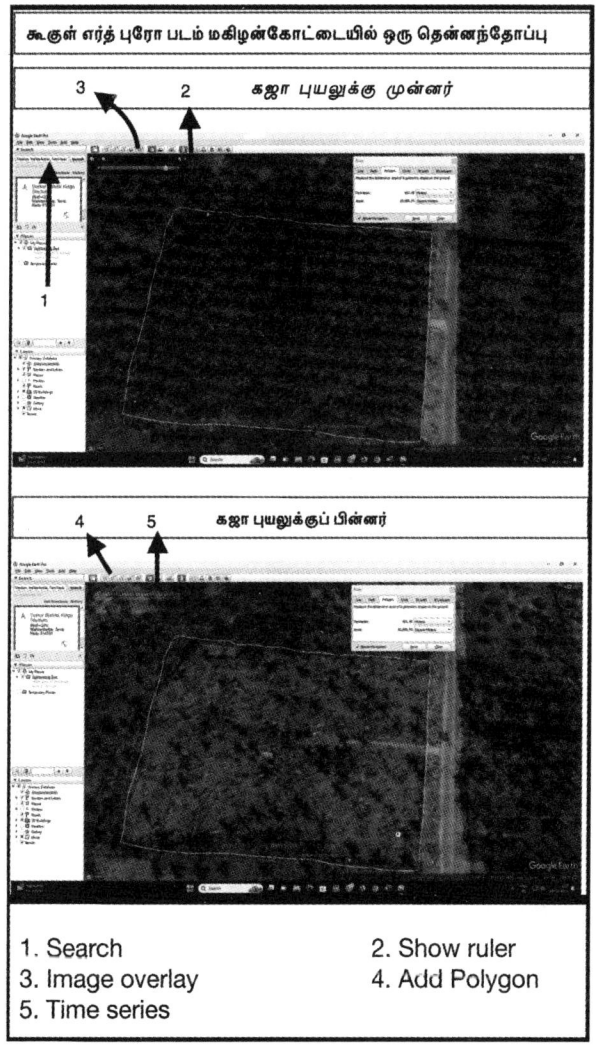

கூகுள் எர்த் புரோ படம் மகிழன்கோட்டையில் ஒரு தென்னந்தோப்பு

3 2 கஜா புயலுக்கு முன்னர்

4 5 கஜா புயலுக்குப் பின்னர்

1. Search
2. Show ruler
3. Image overlay
4. Add Polygon
5. Time series

அழுத்தம் ஏற்பட்டு, அரசு உரிய நடவடிக்கை எடுப்பதற்கு வாய்ப்பு உண்டு.

பொதுச் சொத்துக்களையும் இயற்கை வளங்களைப் பாதுகாக்க ஒவ்வொரு தனிநபரும் மேற்கண்ட புரிதலையும் அறிவையும் பெற்றிருக்க வேண்டும். அந்தப் புரிதலும் அறிவும் தனி நபர்களது சொத்துக்களைத் தொலைவிலிருந்தே கண்காணிக்க முடியும். அதற்கான செயல் விளக்கத்தை அடுத்த பகுதியில் காணலாம்.

கூகுள் எர்த் செயலியில் பட்டா நிலத்தைக் கண்காணித்தல்:

கூகுள் எர்த் செயலி மூலம் ஏதேனும் ஒரு நிலப்பரப்பில், அதன் வரைபடத்தை பதிவேற்றம் செய்து வரைபடத்தில் உள்ள எல்லைக்குட்பட்ட பகுதியில் ஆக்கிரமிப்பு அல்லது கட்டுமானங்கள் ஏதேனும் நடைபெற்றிருக்கின்றனவா என்பதைப் பார்க்க முடியும். இதன்மூலம் வேறு இடங்களில் வசிப்பவர்கள் தங்கள் ஊர்களில் இருக்கும் சொந்த நிலங்களின் தற்போதைய நிலையைக் கண்காணிக்க முடியும். அதனைச் செய்யும் முறையைக் காணலாம்:

1. பத்திரத்தில் உள்ள பட்டா நிலத்தின் வரைபடத்தை ஸ்மார்ட்போன் கொண்டு புகைப்படம் எடுத்து வைத்துக்கொள்ள வேண்டும். அது கைபேசியில் ஜேபிஜி (jpg) என்னும் ஃபைல் ஃபார்மெட்டில் (File Format) பதிவாகும். அதனை இமெயில் மூலம் கணினிக்கு மாற்றிக் கொள்ள வேண்டும் கணினியில் அந்த ஜேபிஜி ஃபைலை பெயிண்ட் (Paint Software) எனும் மென்பொருள்ளைப் பயன்படுத்தி டி ஐ எஃப் எப் (tiff) என்ற ஃபைல் ஃபார்மேட்டை தேர்வு செய்து தங்களுடைய நில வரைபடத்தை டிஐ எஃப் எஃப் ஃபைல் ஃபார்மேட்டாக (tiff file format) மாற்றிக் கணினியில் பதிவு செய்து கொள்ள வேண்டும்.

2. கூகுள் எர்த் செயலியில் ‘பைல்’ என்னும் ஆப்ஷனை கிளிக் செய்தால் ‘இம்போர்ட் (import)’ என்னும் ஆப்ஷன் வரும். அதன் மூலம் ஏற்கனவே கணினியில் பதிவைக்கப்பட்டுள்ள பத்திர வரைபடத்தின் ‘டிஐ எஃப் எஃப்’ ஃபைலை தேர்வு செய்து கூகுள் எர்தில் ஏற்றம் செய்ய வேண்டும். அதன் பின்னர் கூகுள் எர்த்தில் குறிப்பிட்ட நிலம் இருக்கும் ஊரின் பெயரைக் கொண்டு தேடி அந்த ஊரின் நிலப்பரப்பைத் திரையில் வைத்துக் கொள்ள வேண்டும்.

3. கூகுள் எர்த் மேல் வரிசையில் சேர்க்கைக்கான (Add) மெனுவில் ‘இமேஜ் ஓவர்லே (Image Overlay)’ என்னும் ஆப்ஷனைத் தெரிவு செய்து, ‘டிரான்ஸ்பரன்சி, கிளியர், ஒபேக் (Transparency, Clear, Opaque)’ ஆகிய மூன்று வகைப் பயன்பாடுகள் மூலம் வரைபடத்தில் உள்ள மரம், சாலை பெயர், கோயில் போன்ற ஏதேனும் ஒரு பிரபலமான அடையாளத்தை வைத்து நமக்குரிய நிலப்பரப்பைக் கண்டுபிடித்து, அதன் மீது இந்த வரைபடத்தை பொருத்துவதன் மூலம் கச்சிதமாக வரைபடமும் கூகுள் எர்த் நிலப்பரப்பும் ஒன்றிவிடும். அப்போது அந்தக் குறிப்பிட்ட நிலத்தின் வரைபடம் கூகுள் எர்த் நிலப்பரப்பில் பொருந்தி, அந்த

நிலப்பரப்பில் எல்லைகளுக்கு உட்பட்ட பகுதியில் ஏதேனும் ஆக்கிரமிப்பு நடந்திருக்கிறதா எனத் தெரிந்து கொள்ள முடியும்.

அடுத்து கொடுக்கப்பட்டுள்ள படத்தில், கூகுள் எர்த்தில் இமேஜ் ஓவர்லே செய்யப்பட்ட படத்தையும், அதில் 2014ம் ஆண்டில் ஆக்கிரமிப்பு ஏதுமில்லாத நிலையையும், 2017ம் ஆண்டில் ஆக்கிரமிப்பு நிகழ்ந்துள்ளதையும் காணலாம்.

கூகுள் எர்த் நிலப்பரப்பில் பொருத்தப்பட்ட சொந்த நிலத்தின் வரைபடம்

2014 ம் ஆண்டு:கூகுள் எர்த் நிலப்பரப்பில் பொருத்தப்பட்ட சொந்த நிலத்தின் வரைபடப்பகுதியில் ஆக்கிரமிப்பு ஏதுமில்லை

2017 ம் ஆண்டு: கூகுள் எர்த் நிலப்பரப்பில் பொருத்தப்பட்ட சொந்த நிலத்தின் வரைபடப்பகுதியில் ஆக்கிரமிப்பு ஏற்பட்டுள்ளது

10. சமூகத் தணிக்கை

உள்ளாட்சி அமைப்புகளின் செயல்பாட்டைச் சமூகத் தணிக்கை செய்யும் பொறுப்பு சம்பந்தப்பட்ட மக்களைச் சாரும். அரசின் சில திட்டங்களில் சமூகத் தணிக்கை செய்வதற்கு வழிவகைகள் உருவாக்கப் பட்டிருந்தாலும், இதுநாள் வரையில் சமூகத் தணிக்கை என்பது உள்ளாட்சி அமைப்புகளின் செயல்பாட்டில் முழு வெற்றி பெற்றதாகக் கருத முடியாது. தமிழ்நாட்டைப் பொறுத்தவரை, கிராம சபை அமைப்புகள் அரசால் நிர்ணயிக்கப்பெற்ற நான்கு தினங்களில் கிராம சபைக் கூட்டம் கட்டாயமாக நடைபெற்றாலும், சமூகத் தணிக்கையானது சில இடங்களைத் தவிர, மற்ற இடங்களில் சிறப்பாக நடைபெற்றதாகக் கருத முடியாது.

தமிழ்நாட்டில் ஊரக வளர்ச்சித் துறையின் கீழ் 2013ஆம் ஆண்டில் உருவாக்கப்பட்ட சமூகத் தணிக்கைச் சங்கம், சமூகத் தணிக்கை குறித்து பயிற்சி மற்றும் விழிப்புணர்வு ஏற்படுத்தி வருகிறது. ஆயினும் சமூகத் தணிக்கை முறையை சிறப்பாகச் செயல்பட வைப்பதில் மனிதவளக் குறைபாடு, கட்டமைப்பில் உள்ள சிக்கல்கள் மற்றும் வழக்குகள் போன்ற காரணங்களால், பல்வேறு பிரச்சனைகள் உள்ளன. நாட்டில், சமூகத் தணிக்கை சங்கங்கள் செயல்படும் முறை, ஒரு சில குறிப்பிட்ட திட்டங்களுக்கு மட்டுமே என்ற நோக்கில் அமைந்துள்ளதாலும், பல அரசுத் துறைகள் சந்திக்கும் நிர்வாகச் சிக்கல்களை இந்த சமூகத் தணிக்கை சங்கமும் சந்திப்பதாலும், அது ஊராட்சி அமைப்புகளுக்கான முழுமையான சமூகத் தணிக்கை அமைப்பாகச் செயல்பட முடியாத நிலை உள்ளது. ஆனால், சமூகத் தணிக்கையை மக்கள் இயக்கமாக மாற்றும்போது, சமூகம் நல்ல மாற்றத்தைப் பெறும்.

சமூகத் தணிக்கை: விளக்கம்

சமூகத் தணிக்கை என்பது அரசுத் திட்டங்களின்/அமைப்புகளின் செயல்பாடுகளை மதிப்பீடு செய்ய அவற்றின் ஆவணங்களையும் தரவுகளையும் பயனாளர்கள் அல்லது குடிமக்களே முறைப்படி ஆய்வு செய்வதைக் குறிக்கும். இங்கே முக்கியமாகக் கவனிக்கவேண்டியது, பயனாளர்களும் குடிமக்களும் கூடிச் செய்யும் தணிக்கை முறை என்பதைத்தான். தெளிவாகச் சொல்லவேண்டுமெனில் அரசு

அலுவலகங்கள் / உள்ளாட்சி அமைப்புகள் குறித்த சமூகத் தணிக்கை மக்கள் இயக்கமாக மாறவேண்டும். அது மக்கள் இயக்கமாக மாறும் சூழலில், மக்கள் திட்டங்களைச் செயல்படுத்துவதிலும், நிதியை முறையாகப் பயன்படுத்துவதிலும் மிகப் பெரும் மாற்றம் ஏற்படும்.

ஊரக உள்ளாட்சி அமைப்புகள் முழுமையாகச் செயல்படும் நிலையில் சமூகத் தணிக்கை குறித்து நல்ல விழிப்புணர்வு ஏற்படுத்துவதன் மூலம் மக்கள் உண்மையான அதிகாரத்தைத் தங்கள் கைகளில் எடுத்துக்கொள்ள முடியும். இது குறித்த புரிதல் அனைத்து மக்களுக்கும் வேண்டும். பொதுச் சேவையில் நாட்டமுள்ளோர், இளைஞர்கள் மற்றும் மாணவர்கள் சமூகத் தணிக்கை குறித்த விழிப்புணர்வை அனைத்து மக்களிடமும் பரப்ப முன்வர வேண்டும். இணையதளங்களும் சமூக ஊடகங்களும் அதிக பயன்பாட்டில் உள்ள தமிழகத்தில் இதைச் செய்வது மிகவும் இலகுவானதே. விழிப்புணர்வு எற்படுத்துவதிலும் கண்காணிப்பதிலும் மாணவர்களும் பெண்களும் அதிக நாட்டம் கொள்ளும்போது மிகப் பெரும் மாற்றம் ஏற்படும்.

> **சமூகத் தணிக்கையை யார் செய்யலாம்?**
>
> அரசுத் திட்டங்களைச் செயல்படுத்தும் விதம் குறித்து ஆய்வு செய்து, அதன் முடிவைக் குடி மக்களுக்குத் தெரிவிக்க விரும்பும் எவரும் சமூகத் தணிக்கை செய்யலாம்.
>
> தனி மனிதராகத் தணிக்கை செய்வதைவிட, குழுவாகவோ, சமூக அமைப்பாகவோ அல்லது அரசு சாரா தன்னார்வ அமைப்புகள் மூலம் தணிக்கை செய்வது எளிது.

சமூகத் தணிக்கையின் செயல்முறைகள்

சமூகத் தணிக்கையின் செயல்முறைகளை மூன்று படிநிலைகளாகக் கொள்ளலாம். அவை:

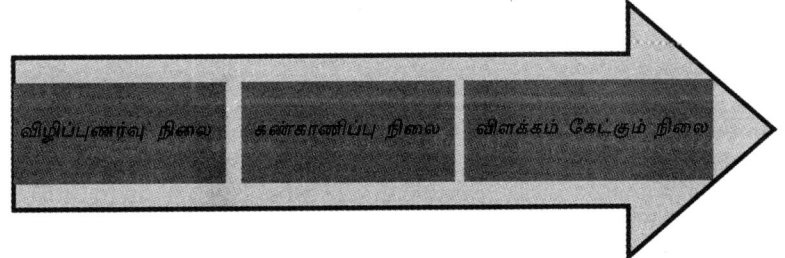

அ) விழிப்புணர்வு நிலை தணிக்கைச் செயல்முறைகள்

சமூகத் தணிக்கை மேற்கொள்வதில், அரசும் உள்ளாட்சி அமைப்புகளும் செயல்படும் விதம் குறித்த விழிப்புணர்வு பெற

வேண்டும். அதற்கு சமூகத் தணிக்கையின் முதல் நிலையில் திரட்ட வேண்டிய தகவல்கள்:

1. உள்ளாட்சி அமைப்பிற்கு எவ்வளவு நிதி ஒதுக்கப்பட்டது?
2. எந்தத் திட்டத்திற்கு, எப்போது நிதி ஒதுக்கப்பட்டது?; எப்போது கிடைக்கப்பெற்றது, அந்த நிதி எங்கே வைக்கப்பட்டுள்ளது?
3. அரசு ஒதுக்கிய நிதியைப் பயன்படுத்தவேண்டிய வழிமுறைகள்.
4. சரியான பயனாளிகளைத் தேர்வுசெய்யும் வழிமுறைகள்.
5. எந்தவிதமான உள் கட்டமைப்பு வேலைகளை மேற்கொள்வது.
6. சரியான ஒப்பந்ததாரர்களைத் தேர்வு செய்யும் வழிமுறைகள்.
7. அரசு நிர்வாகம் குறித்த பிற அடிப்படைத் தகவல்கள்.

மேற்கண்ட தகவல்களைக் கொண்டு அரசும் உள்ளாட்சி அமைப்புகளும் செயல்படும் விதம் குறித்து நல்ல புரிதலையும் பெற வேண்டும். இந்தத் தகவல்களை உள்ளாட்சிப் பிரதிநிதிகளிடமிருந்தும், அரசுத் துறைகளிடமிருந்தும், இணையதளங்களிலிருந்தும், சமூகத் தணிக்கைக்கென கேட்டுப் பெற முடியும். மேலும், தகவல் உரிமைச் சட்டத்தின் மூலமும் வேண்டிய தகவல்களைக் கேட்டுப் பெறலாம்.

விழிப்புணர்வு நிலையை கிராமத்தில் உள்ள கண்மாய் தூர்வாரப்பட்ட பணியை எடுத்துக்காட்டாகக் கொண்டு புரிந்து கொள்ளலாம். அது குறித்த (1) திட்ட மதிப்பீடு, (2) திட்ட ஒப்புதல் ஆவணம், (3) வேலை செயல்படுத்தும் ஆணை (4) பயன் படுத்தப்பட்ட தொழிலாளர்களின் எண்ணிக்கை, (6) தொழிலாளர் களுக்குச் செலுத்தப்பட்ட கூலி/தொகை, (7) முடிக்கப்பட்ட பணியின் அளவீட்டுப் பதிவுகள், (8) பணம் செலுத்தல் படிவங்கள் எனப் பல்வேறு ஆவணங்களைக் கேட்டுப் பெற வேண்டும்.

உறிஞ்சு குட்டைகள் உறிஞ்சிய மக்கள் பணம்

ஒரு கிராமத்தில் மழைநீரை சேமிக்கும் நோக்கிலும், நிலத்தடி நீரை மேம்படுத்தும் வகையிலும் உறிஞ்சு குட்டைகள் (Soak pit) அமைக்கும் பணி வேலை உறுதியளிப்புத் திட்டதின் கீழ் செயல் படுத்தப்பட்டது. அந்த கிராமத்தைச் சேர்ந்த சமூகத் தணிக்கைக் குழுவினர், உறிஞ்சு குட்டைகள் அமைக்கப்பட்ட இடம், எண்ணிக்கை, மற்றும் செலுத்தப்பட்ட பணம் குறித்த தகவல்களையும் பெற்றனர். அதன் அடிப்படையில் கள ஆய்வு செய்ததில், பல உறிஞ்சு குட்டைகள் அமைக்கப்படவில்லை என்பது உறுதியானது. பேரேடுகளில் எழுதப்பட்ட தகவல்களும், அதில் ஒட்டப்பட்டிருந்த படங்களும் போலியானவை என உறுதிப்படுத்தப்பட்டது. இந்த முறைகேடு கிராம சபையில் விவாதிக்கப்பட்டது. கிராம சபை கொடுத்த புகாரின் அடிப்படையில், பொறுப்பு அதிகாரிகளிட மிருந்து, பணம் மீட்கப்பட்டுத் தவறு செய்த அதிகாரிகள் மீது ஒழுங்கு நடவடிக்கை எடுக்கப்பட்டது.

ஆ) கண்காணிப்பு நிலை தணிக்கைச் செயல்முறைகள்

விழிப்புணர்வு ஏற்படுத்துவது முதல்நிலை என்றால், உள்ளாட்சி அமைப்புகளின் செயல்பாட்டையும், திட்டங்களைச் செயல்படுத்துவதையும் கண்காணிப்பதையும், கள நிலவரத்தின் உண்மைத் தன்மையை அறிந்து கொள்வதும் அடுத்த இன்றியமையாத நிலையாகும். எடுத்துக்காட்டாக, உள்ளாட்சி அமைப்புகளுக்கு வழங்கப்பட்ட நிதியைப் பயன்படுத்திய விதம் குறித்துப் பின் வருவனவற்றை ஆய்வுசெய்ய வேண்டும்:

1. ஒதுக்கப்பட்ட நிதி சிக்கனமாகச் செலவிடப்பட்டதா?
2. நிதி செயல்திறத்தோடு பயன்படுத்தப்பட்டதா? அதாவது குறைந்த மூலப்பொருட்கள் கொண்டு அதிகப் பலன் பெறும் வண்ணம் செயல்படுத்தப்பட்டதா?
3. ஒதுக்கப்பட்டநிதி, திட்டத்தின் நோக்கத்தை நிறைவேற்றும் வகையில் செலவிடப்பட்டதா?
4. மேற்கொள்ளப்பட்ட திட்டம்/உள்கட்டமைப்பு சுற்றுச் சூழலைக் காக்கும் வகையிலும் நிறைவேற்றப்பட்டதா?
5. திட்டம் குறித்த காலத்திலும் செயல்படுத்தப்பட்டதா?

இந்த அணுகுமுறையில் கண்காணிப்பு மற்றும் திட்டமிடல் தொடங்கி, ஒப்பந்ததாரரைத் தெரிவு செய்வதிலும், திட்டத்தை நிறைவேற்றுவதிலும், நிதி மேலாண்மையிலும், தரத்தை உறுதி செய்வதிலும் கவனம் செலுத்த வேண்டும். செயல்படுத்தப்படும் திட்டம் குறித்தும், பணி குறித்தும் ஒரு பொதுவான புரிதலே மேற்கண்ட கூறுகளின் அடிப்படையில் கண்காணிக்கவும், உண்மையான கள நிலவரத்தை அறிந்துகொள்ளவும் போதுமானதாகும்.

கள ஆய்வு

சமூகத் தணிக்கையில் ஈடுபடுவோர், சர்வே எடுப்பதற்கும், கள ஆய்வு செய்து சான்றுகளைப் பதிவு செய்வதற்கும் எந்தத் தடைகளும் இல்லை.

கிராம/மக்கள் சபைகளால் அமைக்கப்பட்ட சமூகத் தணிக்கை குழுக்கள் அத்தகு ஆய்வு செய்ய உரிமை உண்டு. தொடர்புடைய அதிகாரிகள் அதற்கு ஒத்துழைக்க வேண்டும்.

முன்னர் கூறிய கண்மாய் தூர்வாரும் பணி எடுத்துக்காட்டில், ஆவணங்களில் உள்ள சரத்துக்களை ஒன்றோடு ஒன்று தொடர்பு படுத்தி அவற்றிற்குள் உள்ள முரண்களைக் கண்டறிந்தால் அவையே தணிக்கைக் குறிப்புகளாகும். தணிக்கைக் குறிப்புகளை மேலும் வலுப்படுத்தக் நீர்நிலைகளைப் பராமரிக்க பின்பற்றவேண்டிய செயல் முறைகளைக் கூறும் துறையின் கையேடுகளையும், தொடர்புடைய

சட்டங்களையும் இணைத்துப் பார்த்தால் அவையே தணிக்கை அறிக்கைகளாகும்.

மேற்கொள்ளவேண்டிய தணிக்கை அணுகுமுறை (எடுத்துக்காட்டு)

1. திட்ட ஒப்புதல் ஆணையில் இருக்கும் தொகையையும், உண்மையில் செலவிடப்பட்ட தொகையையும் ஒப்பிட்டுப் பார்க்க வேண்டும். அதிகம் / குறைவு எனில், அதற்குரிய காரணங்களைக் கண்டறிய வேண்டும்.
2. தொழிலாளர்களுக்குக் கூலியாகக் கொடுக்கப்பட்ட தொகைக்கான ஆவணங்களில் உள்ள கையொப்பங்களை உறுதி செய்ய வேண்டும்.
3. செய்யப்பட்ட வேலையின் அளவை, பணியில் ஈடுபட்ட மொத்தப் பணியாளர்களுடன் ஒப்பிடலாம்.
4. வழிகாட்டுதலின்படி கருவிகள் பயன்படுத்தப்பட்டிருந்தால், அதற்கான அன்றாட செலவுடன் மொத்தச் செலவை ஒப்பிடலாம்.
5. அவை பயன்படுத்தப்பட்டதற்கான ஆதாரங்களையும், பணம் செலுத்தப்பட்டதற்கான ஆதாரங்களையும் சரிபார்க்கலாம்.

இ) விளக்கம் கேட்கும் நிலை தணிக்கைச் செயல்முறைகள்

சமூகத் தணிக்கையின் அடுத்த நிலையில், அதிகாரிகளிடமும் பொறுப்பில் இருப்பவர்களிடமும் விவரங்களைக் கேட்டுத் தெளிவடைய வேண்டும் அதில் கவனிக்கவேண்டிய தணிக்கைக் கூறுகள்:

1. உண்மையான கள நிலவரத்தைக் கண்டறிந்த உடன், அது குறித்து எழும் ஐயங்களையும், வினாக்களையும் சம்பந்தப்பட்ட உள்ளாட்சிப் பிரதிநிதிகளிடமோ அல்லது அதிகாரிகளிடமோ கேட்டுத் தெளிவு பெற வேண்டும்.
2. உள்ளாட்சி அமைப்புக் கூட்டங்களில் தமது ஆய்வில் கண்டறிந்த வற்றைத் தக்க ஆவணங்களுடன் சமர்ப்பிக்க வேண்டும்.
3. தவறு நடந்திருப்பின் அதற்குக் காரணமானவர்களைப் பொறுப்பேற்கச் செய்ய வேண்டும்; தவறுகளைச் சரிசெய்யும் வாய்ப்பை முன்னிருத்த வேண்டும்.
4. அடுத்து செயல்படுத்த உள்ள திட்டங்களை எப்படி மேம்படுத்துவது என்பதற்குரிய ஆலோசனைகளை உள்ளாட்சி அமைப்புகளுக்கு வழங்கலாம்.

மக்கள் தணிக்கையும் மக்களாட்சியும்

சில குறிப்பிட்ட திட்டங்களுக்காக சமூகத் தணிக்கையைச் செயல் படுத்தும் முறையை அரசே முன்னின்று நடத்துகிறது. அந்த வகை யிலான திட்டங்களுக்கான தகவல்களையும் தரவுகளையும் பெறுவதிலும், அதிகாரிகளிடம் விளக்கம் கேட்பதில் பெரும் சிக்கல்கள் ஏதும் இல்லை. மக்கள் விழிப்புடன் செயல்படும்போது, சமூகத் தணிக்கையைச் சிறப்பாகச் செய்ய முடியும். மாறாக, மக்களின் வாழ்வில் தாக்கத்தை ஏற்படுத்தக்கூடிய பல திட்டங்களில் சமூகத் தணிக்கை முன்னெடுக்கப்படவில்லை. ஆனால், பொதுமக்களே-மக்களே/கிராம சபையால் அமைக்கப்படும் குழுக்களே, நேரடியாக/தகவல் உரிமைச் சட்டம் போன்ற சட்டங்களின் கீழ் தரவுகளை/ தகவல்களைப் பெற்றும், பொது வெளியில் உள்ள தகவல்களின் அடிப்படையிலும் தணிக்கை செய்ய முடியும்; தணிக்கை செய்யப்பட வேண்டும். அதற்குரிய வழிமுறைகளை அரசுகள் ஏற்படுத்த வேண்டும். அது மக்கள் நலத் திட்டங்களையும், வளர்ச்சிப் பணிகளையும் மேம்படுத்துவதோடு, மக்களாட்சியின் அடிப்படைகளை வலுப்படுத்தும். மக்கள் தணிக்கை மக்களாட்சியை வலுப்படுத்தும்.

கேட்கவேண்டிய விளக்கங்கள்

1. அரசு ஒதுக்கிய முழுத் தொகையும் பயன்படுத்தப்பட்ட விதம் மற்றும் அதற்கான கணக்குகள் குறித்த விளக்கம்.
2. நடைமுறையில் பின்பற்றப்படாமல் விடுபட்ட விதிகள் மற்றும் செயல்முறைகள் குறித்த விளக்கம்.
3. ஒப்பந்ததாரர்களுக்கு செலுத்தப்பட்ட தொகைக்குரிய கணக்குகள் மற்றும் அவற்றின் நியாயத்தன்மை குறித்த விளக்கம்.
4. பயனாளர்கள் தேர்ந்தெடுக்கப்பட்ட விதம்; பணிகள்/திட்டங்கள் செய்யத் தேர்ந்தெடுக்கப்பட்ட இடம்; அவர்கள்/அவைகள் எந்த அடிப்படையில் தேர்ந்தெடுக்கப்பட்டார்கள் (து) என்ற விளக்கம்.
5. திட்டம் செயல்படுத்தப்பட்ட தரம் மற்றும் குறித்த காலத்தில் செய்யப்பட்டது குறித்த விளக்கம்.
6. இதர செலவுகள் என வகைப்படுத்தப்பட்டவைகள் மற்றும் அவற்றின் நியாயத்தன்மை குறித்த விளக்கம்.
7. முழுமையாக நிறைவேற்றப்படாத, கைவிடப்பட்ட, பலனைத் தராத திட்டங்கள் ஏதேனுமிருப்பின், அவை குறித்த விளக்கம்.
8. ஊழல் அல்லது முறைகேடுகள் செய்யப்பட்டதற்கான அறிகுறிகள் ஏதேனுமிருப்பின், அவை குறித்த விளக்கம்.

மேற்கண்ட விவரங்களை ஊராட்சி மன்றக் கூட்டங்களின் போதோ, குறிப்பிட்ட அலுவலரிடம்/பிரதிநிதியிடம் நேரடியாகக் கேட்டுப் பெறலாம். தேவைப்பட்டால் உள்ளாட்சி அமைப்பின் சிறப்புக் கூட்டத்திற்கு அழைப்பு விடுக்கலாம். தகவல் உரிமைச் சட்டத்தையும் பயன்படுத்தலாம்.

மக்கள் கண்காணிக்கிறார்கள், கேள்வி கேட்கிறார்கள் என்றாலே உள்ளாட்சிப் பிரதிநிதிகளிடமும் அதிகாரிகளிடமும் அவர்களின் அணுகுமுறையிலும், செயல்பாட்டிலும் மாற்றம் ஏற்படும். இந்த விசயத்தில் அரசியல் கட்சி பாகுபாடின்றி, உறவினர் மற்றும் தெரிந்தவர் என்ற பாகுபாடின்றி அனைத்து மக்களும் உள்ளாட்சி அமைப்புகளின் செயல்பாட்டைக் கண்காணிப்பதிலும், கூட்டங்களில் பங்கேற்றுக் கேள்வி கேட்பதிலும் ஈடுபட வேண்டும். நியாயமான ஐயங்களுக்குச் சரியான விடை கிடைக்கும் வரையிலும், திட்டங்களைச் சரியாகச் செயல்படுத்தும் வரையிலும் கேள்விகள் கேட்டுக்கொண்டே இருக்க வேண்டும். அது அவர்களின் முக்கியமான குடிமக்கள் கடமையாகும்.

இந்தியாவில் மக்களாட்சியை வலுப்படுத்தவும், உள்ளாட்சி அமைப்புகள் சிறப்பாகச் செயல்படவும் ஒவ்வொரு குடிமகனும் சமூகத் தணிக்கை குறித்த நல்ல புரிதலைக் கொண்டிருக்க வேண்டும்; செயல்படுத்த முன்வர வேண்டும்.

★ ★ ★

நூலாசிரியர் குறிப்பு

இரா.திருப்பதி வெங்கடசாமி, IAAS

இந்நூலாசிரியர், இந்திய தணிக்கை மற்றும் கணக்குத் துறையின் மூத்த அதிகாரியாவார். இந்தியாவின் பல்வேறு மாநிலங்களில் மத்திய, மாநில, உள்ளாட்சி மற்றும் பொதுத்துறை நிறுவனங்களைத் தணிக்கை செய்யும் பணியில் இருபது வருடங்களுக்கு மேலாக ஈடுபட்டிருக்கிறார்.

தமிழ்நாடு மற்றும் மகாராஷ்டிரா மாநிலங்களில் அரசின் தலைமைத் தணிக்கை அதிகாரியாகப் பணிபுரிந்துள்ளார். கோலாலம்பூரில் உள்ள இந்தியத் தணிக்கை அலுவலகத்தின் தலைமை அதிகாரியாகவும் பணியாற்றியுள்ளார். மேலும், ஐக்கிய நாடுகள் அமைப்பின் உலகக் குழந்தைகள் நிதியமான 'யூனிசெப்' அமைப்பைப் பலமுறை தணிக்கை செய்துள்ளார்.

இந்தியாவில் ஆளில்லா விமானம், தொலையுணர்வுத் தரவுகள் மற்றும் இன்டர்நெட் வழித் தணிக்கை என நவீன தொழில்நுட்பங்களைப் பயன்படுத்தி தணிக்கை செய்வதில் முன்னோடியாவார். ஆளில்லா விமானத் தொழில்நுட்பத்தைப் பயன்படுத்தி, மெட்ராஸ் தொழில் நுட்ப நிறுவனத்துடன் இணைந்து இவர் நடத்திய 'மணல் சுரங்கத் தணிக்கை' (Audit of sand mining), இந்திய பன்னாட்டு புவியியல் உச்சி மாநாட்டில் (India International Geo-spatial Summit) சிறந்த தொழில்நுட்பப் பயன்பாட்டிற்கான விருது (The India Geospatial Excellance Award- 2019) பெற்றுள்ளது.

கோயம்புத்தூர் வேளாண்மைப் பல்கலைக்கழகத்தில் 'வேளாண்மை விரிவாக்கம்' (M.Sc (Ag)) பாடத்திலும், அமெரிக்காவின் மின்னசோட்டா பல்கலைக்கழகத்தில் 'பொது விவகாரங்கள்' துறையிலும் (Master of Public Affairs) முதுகலைப் பட்டங்கள் பெற்றுள்ளார். 'தகவல் தொழில்நுட்ப அமைப்புத் தணிக்கையர்' (CISA) என்று அமெரிக்காவின் ISACA நிறுவனத்தால் அங்கீகரிக்கப்பட்டுள்ளார். மேலும் 'தகவல் தொழில்நுட்பக் கட்டுப்பாடுகள் தணிக்கை' சான்றிதழை, நார்வேயின் IDI நிறுவனத்திடமிருந்து பெற்றுள்ளார். அமெரிக்காவின் அகத் தணிக்கையர் (IIA) நிறுவனத்திடமிருந்து "அகத் தணிக்கையர்" (CIA)

என்ற சான்றிதழையும், அமெரிக்காவின் மோசடி ஆய்வாளர் கூட்டமைப்பிடமிருந்து (ACFE) "மோசடி ஆய்வாளர்" (CFE) என்ற சான்றிதழையும் பெற்றுள்ளார்.

இவர் எழுதிய "தணிக்கை தெளிவாக்கமும் செயல்முறைகளும்" என்ற நூல், தமிழில் வெளிவந்த முழு முதன்மையான தணிக்கை நூல். ஒவ்வொருவருக்கும் தணிக்கை குறித்த விழிப்புணர்வை ஏற்படுத்த வேண்டும் என்பது இவர் நோக்கம். 'மெய்ப்பாடுகள்', 'செங்காரம்' என்பன இவர் எழுதிய பிற நூல்கள்.

தமிழ்நாட்டின் விருதுநகர் மாவட்டத்தின் சிப்பிப்பாறை கிராமத்தைச் சேர்ந்தவர்.